அற்ற குளத்து அற்புத மீன்கள்

அற்ற குளத்து அற்புத மீன்கள்

தேவிபாரதி (பி. 1957)

எண்பதுகளில் சிறுகதைகள் மூலம் அறிமுகமாகித் தொடர்ந்து பல்வேறு தீவிர இதழ்களில் கவிதைகள், நாடகங்கள், கட்டுரைகள் எழுதிவரும் தேவிபாரதி, மார்க்சிய இயக்கங்களிலும் மார்க்சிய லெனினிய இயக்கங்களிலும் தீவிரமாகச் செயல்பட்டவர்.

1993இல் வெளிவந்த இவரது முதல் சிறுகதைத் தொகுப்பான 'பலி' பரவலான கவனத்தைப் பெற்றது. 'கண் விழித்த மறுநாள்' (கவிதைகள் 1994), 'மூன்றாவது விலா எலும்பும் விழுதுகளற்ற ஆலமரமும்' (நாடகம் 1996), 'புழுதிக்குள் சில சித்திரங்கள்' (கட்டுரைகள் 2004) 'பிறகொரு இரவு' (நெடுங்கதைகள், 2009), 'நிழலின் தனிமை' (நாவல், 2011) ஆகியவை இவரது பிற நூல்கள்.

1994இல் இளம் நாடக ஆசிரியர்களுக்கான மத்திய சங்கீத நாடக அகாதெமியின் பரிசுபெற்றவர்.

'பிறகொரு இரவு' நெடுங்கதை ஆங்கிலத்தில் மொழிபெயர்க்கப் பட்டு (மொ.பெ.: என். கல்யாணராமன்) *தி காரவன் (The Caravan* நவம்பர், 2011) இதழில் வெளிவந்து பரவலான வரவேற்பைப் பெற்றது.

திருப்பூர் மாவட்டம் காங்கயம் அருகேயுள்ள புதுவெங்கரையாம் பாளையம் என்னும் கிராமத்தைச் சொந்த ஊராகக் கொண்ட தேவிபாரதி தமிழக அரசு கல்வித்துறையில் பணியாற்றி 2006இல் விருப்ப ஓய்வுபெற்றுத் தற்போது சென்னையில் வசித்துவருகிறார். 2007 ஆகஸ்டிலிருந்து *காலச்சுவடி*ன் பொறுப்பாசிரியராகப் பணியாற்றிவருகிறார்.

தொடர்புக்கு: devibharathi.n@gmail.com

தேவிபாரதி

அற்ற குளத்து அற்புத மீன்கள்

காலச்சுவடு பதிப்பகம்

அற்ற குளத்து அற்புத மீன்கள் • கட்டுரைகள் • ஆசிரியர் : தேவிபாரதி •

• முதல் பதிப்பு : ஆகஸ்ட் 2012 • வெளியீடு: காலச்சுவடு பப்ளிகேஷன்ஸ் (பி) லிட்., 669 கே. பி. சாலை, நாகர்கோவில் 629 001.

காலச்சுவடு பதிப்பக வெளியீடு: 468

aRRakuLattu aRputa miinkaL • Articles on Politics • Author : teevipaarati •

• Language : Tamil • First Edition : August 2012

Published by Kalachuvadu Publications Pvt. Ltd., 669 K.P. Road, Nagercoil 629 001, India • Phone : 91 - 4652 - 278525 • e-mail : publications@kalachuvadu.com

ISBN : 978-93-81969-23-6

08/2012/S.No. 468, kcp 828, 18.6 (1) 600

பிரபஞ்சனுக்கும்
பா. செயப்பிரகாசத்துக்கும்

பொருளடக்கம்

முன்னுரை

ஒரு எளிய எதிர்வினை

2004 முதல் 2011வரை *காலச்சுவடில்* நான் எழுதிய அரசியல் கட்டுரைகள் இவை. அநேகமாக அனைத்தும் இதழியல் நோக்கில் எழுதப்பட்டவை. இதழியல் சார்ந்த தேவைகள் எனது சமூக, அரசியல் பார்வையை முன் வைப்பதற்கான சுதந்திரத்தில் எவ்விதத்திலும் குறுக்கிட்ட தில்லை என்பது எனக்கு முக்கியமாகப்படுகிறது. விரும் பியபோது விரும்பிய விஷயத்தை எழுதுவதற்கான முழுச் சுதந்திரமும் *காலச்சுவடில்* இருந்ததால் அவற்றின் வரையறைகளை என்னால் விரித்துக்கொள்ளவும் முடிந் தது. இவை நான் கட்டுரையாளனாக இயங்குவதற்குச் சாதகமான காரணங்களில் சில. மற்றபடி எனது முதன்மை யான அக்கறைகள் புனைவிலக்கியம் சார்ந்தவை. 1980 களின் தொடக்கத்திலிருந்து சில பத்தாண்டுகளாக மாற்று அரசியலில் தீவிரமான ஈடுபாடு கொண்டிருந்தபோதும் 2004க்கு முன் நான் ஒருபோதும் அரசியல் கட்டுரைகள் எழுதியதில்லை. அதற்கான வாய்ப்புகளும் தேவைகளும் கூட இருந்ததில்லை. அரசியல் சார்ந்த விவாதங்களில் தர்க்கங்களுக்கு உள்ள பங்கு அயர்ச்சியூட்டக்கூடியது. தர்க்கங்களைப் பொருட்படுத்தாமலும் சார்புகளிலிருந்து விலகியும் உண்மையைப் பேசும் மொழி கைகூடுவது அபூர்வம். அதைச் சாத்தியப்படுத்தும் அரசியல் தத்துவம் ஒன்று நமக்கு இன்னும் வாய்க்கவில்லை என்றும் தோன்றுகிறது.

எனினும் அரசியல் சார்ந்து பகிர்ந்துகொள்வதற்கு எனக்கு எப்போதுமே ஏதாவது இருந்துகொண்டேதான் இருந்துவந்திருக்கிறது. நான் சார்ந்திருந்த இயக்கங் களின் மீதும் தத்துவங்களின் மீதும் 1990களுக்குப் பிறகு முற்றாக நம்பிக்கையிழந்திருந்த தருணத்தில் பல வருடங்

களுக்கு முந்தைய என் வாழ்வனுபவங்களில் ஒன்றைப் பற்றி 'புழுதிக்குள் சில சித்திரங்கள்' என்னும் தலைப்பில் எழுதிய கட்டுரையே என் முதல் அரசியல் கட்டுரை. 1975 – 76இல் நான் பள்ளி மாணவனாக இருந்த தருணத்தில் அப்போதைய பிரதமர் இந்திரா காந்தியால் பிரகடனத்துப்பட்ட அவசரநிலைப் பிரகடனம், அப்போது எங்கள் குடும்பம் வசித்துவந்த ஈரோடு மாவட்டத்தி லுள்ள சென்னிமலை என்னும் சிறு நகர வாழ்வின்மீது ஏற்படுத்தி யிருந்த தாக்கங்களைப் பிந்தைய புரிதலுக்கேற்றவாறு மறு வாசிப்புச் செய்து எழுதப்பட்ட கட்டுரை அது.

அந்த வகையில் அது நிச்சயமாக ஒரு அரசியல் கட்டுரை. கட்டுரைகளுக்கு அவசியமான தர்க்கத்தைவிடப் புனைவுத் தன்மையே அதில் மேலோங்கியிருக்கும். அதை வாசித்த கண்ணன் அளித்த ஊக்கத்தால் அதே வரிசையில் 'மோனா லிசாவும் எம்ஜிஆரின் மர்மப் புன்னகையும்' என்னும் தலைப் பில் மற்றொரு கட்டுரை எழுதினேன். இரண்டையும் சேர்த்து ஆ.இரா. வேங்கடாசலபதியின் முன்னுரையுடன் காலச்சுவடு பதிப்பகம் வெளியிட்ட அந்நூலுக்குக் கிடைத்த வரவேற்பு என்னைப் பொறுத்தவரை முற்றிலும் எதிர்பாராத ஒன்று. அவற்றைச் சமகால வரலாற்றுப் பதிவுகள் எனத் தன் முன்னுரை யில் குறிப்பிட்டிருந்தார் சலபதி. அதை வாசித்துவிட்டு "அட! அப்படியா" என ஆச்சரியப்பட்டேன்.

கட்டுரைக்கு உடலாக விளங்கும் தர்க்கம் ஏதோவொரு வகையில் அதிகாரத்தைக் கட்டமைக்கும் கருவி எனத் தோன்றிய தால் கட்டுரை எழுதுவதை அதற்குப் பிறகுகூடத் தவிர்த்து வந்தேன்.

உலகத் தமிழ் இணைய இதழில் பணியாற்றுவதற்காக 2004இல் சென்னைக்கு வந்தபிறகே இதழியல் சார்ந்த கட்டுரைகளை எழுதுவதில் ஈடுபாடும் பயிற்சியும் ஏற்பட்டது. *காலச்சுவடின்* அப்போதைய நிர்வாக ஆசிரியர் அரவிந்தன் கேட்டுக்கொண்டதற்கிணங்க உலகத் தமிழ் இணையத்திலும் *காலச்சுவடிலும்* மதிப்புரைகள், திரைப்பட விமர்சனங்கள், நாடகம் குறித்தப் பதிவுகளை எழுதினேன். சந்தனக் கடத்தல் வீரப்பனைப் பற்றி நான் எழுதிய 'வீரப்பனார் வதைபடலம்' என்னும் இத்தொகுப்பின் முதல் கட்டுரையை அவரது வற்புறுத் தல் இல்லாமலிருந்திருந்தால் எழுதியிருப்பேனா எனச் சொல்ல முடியவில்லை. அரசியல் பற்றிய எனது ஓயாத பேச்சுகளைக் கேட்டுக்கொண்டிருக்க வேண்டிய துரதிருஷ்டத்திலிருந்து மீள முடியாத அரவிந்தன் எப்படியாவது என் வாயை அடைக்க எண்ணியிருப்பார் என நினைக்கிறேன். அதற்குச் சரியான வழி என்னை எழுத வைப்பதுதான் எனவும் அவர் கருதியிருக்கக்

கூடும். பிறகு காலச்சுவடின் ஆசிரியர் குழுவில் இணைந்த பிறகும் அதற்கு முன்பும் அவ்வப்போதைய அரசியல் நிகழ்வு கள் சிலவற்றைப் பற்றி எழுதினேன்.

இக்கட்டுரைகள் எழுதப்பட்ட 2004 முதல் 2011வரையிலான காலகட்டம் தமிழக அரசியல் சூழல் மிக மோசமாக வீழ்ச்சி யடைந்திருந்த காலம். இந்தக் கட்டத்தைப் போல் வேறெந்தக் கட்டத்திலும் ஜனநாயக நெறிமுறைகள் சிதைக்கப்பட்டதில்லை. அரசியல், முற்றாக அறநீக்கம் செய்யப்பட்ட ஒரு துறையாக மாற்றப்பட்டதும் இந்தக் கட்டத்தில்தான். எதேச்சாதிகாரத்திற் கெதிரான சக்தியாக மக்களால் கருதப்பட்ட திமுகவும் அதன் தலைவரும் அவர்களுக்கு இதைவிட மோசமான துரோகங்களை வேறெப்போதும் செய்திருக்க முடியாது. மாபெரும் ஊழல்களும் மாபெரும் மோசடிகளும் மாபெரும் பொய்களும் அரசியல் களத்தைச் சூதாட்டக்கூடமாக மாற்றியுள்ளன. எளிய மக்களின் வாழ்வாதாரங்களை உருக்குலைத்துப் பன்னாட்டு நிறுவனங் களின் லாபவேட்டைக்கான களனாக இந்தியா மாற்றப்பட்டுக் கொண்டிருக்கும் தருணத்தில் சுரணையுள்ள யாராலும் எதிர் வினையாற்றாமல் இருக்க முடியாது.

இதற்கு ஒருவர் தீவிரமான அரசியல் ஈடுபாடு கொண்ட வராய் இருக்க வேண்டுமென்பதில்லை. அத்தகைய எதிர்வினை களுக்குப் புள்ளிவிவரங்களும் தரவுகளும் மேற்கோள்களும் அவசியமல்ல. முக்கியமாக ஒருவர் அறிவுஜீவியாய் இருக்க வேண்டுமென்பதில்லை. இணையத்தின் தாக்கம் முன்னெப் போதும் இல்லாத அளவுக்கு உரையாடல்களுக்கான வாய்ப்பு களை உருவாக்கியிருக்கிறது. மிகச் சாதாரணமானவர்கள் எனக் கருதப்படுபவர்களுக்குங்கூடப் பொது வெளியில் தம் கருத்து களைச் சுதந்திரமாகவும் வெளிப்படையாகவும் முன்வைப்பதற் கான வாய்ப்புகளைச் சாத்தியப்படுத்தியிருக்கிறது இணையம். முன்வைக்கப்படும் எந்தவொரு கருத்தும் கேள்விக்குள்ளாக்கப் படுவதிலிருந்து விலக்குப் பெற முடியாது என்பது இதன் மற்றொரு ஆரோக்கியமான பக்கம். எல்லாக் கருத்துகளுமே விவாதிக்கப்படுகின்றன, வசைகளை எதிர்கொள்கின்றன அல்லது புகழப்படுகின்றன. பொய்களும் அவதூறுகளும் முகம் தெரியாத யாரோ ஒருவரால் உடனடியாக அம்பலப்படுத்தப் படுகின்றன. அறிவுத்துறையும் ஊடகத்துறையும் தமக்கான அதிகாரங்களையும் சலுகைகளையும் இழந்துகொண்டிருக்கும் காலம் இது.

இது போன்ற சூழலில் கட்டுரைகளின் வழியே ஒரு கருத்தை முன்வைப்பதில் ஒருவர் அதிகப் பொறுப்புடன் செயல்பட வேண்டிய கட்டாயம் ஏற்பட்டிருக்கிறது. பொறுப்புணர்வு எனச்

சொல்ல முடியாவிட்டாலும் என் கருத்துகளை முன்வைப்பதில் குறைந்தபட்சமாகவேனும் விழிப்புடன் இருக்க முயன்றிருக் கிறேன். விதிவிலக்கில்லாமல் எல்லோரது வாழ்வையும் அரசியல் பாதிக்கிறது. முக்கியமாக அது எல்லாவற்றையும் தீர்மானிக்கும் சக்தியாக இருக்கிறது. அதனோடு எவ்விதத் தொடர்பும் வைத்துக்கொள்ள விரும்பாதபோதும் அது நம்மை உருக் குலைக்கிறது. அரசியலற்ற ஒரு கருத்தோ செயலோ அநேகமாக இல்லை என்னும் கருத்து எந்த அளவுக்குப் பழைமையானதோ அந்த அளவுக்கு உண்மையானது. இந்த எளிய உண்மையின் மீது கொண்ட கரிசனமும் இந்தக் கட்டுரைகளை எழுதுவதற்கு மற்றொரு முக்கியக் காரணம்.

ஒரு கட்டுரையாளனாக நான் எந்த அளவுக்கு வெற்றி பெற்றிருக்கிறேன் என்பதைப் பற்றிய சுய மதிப்பீடு என்னிடம் இல்லை. ஆனால் ஒரு உரையாடல் என்ற அளவில் தொடர்ந்து அரசியல் கட்டுரைகள் எழுதுவதை விரும்புகிறேன் என்று சொல் வதிலும் எனக்குத் தயக்கம் இல்லை. இக்கட்டுரைகளின் மூலம் அரசியல் சமூக நிகழ்வுகளில் ஏதாவது குறுக்கீடுகளை நிகழ்த்தி விட முடியுமென்று நான் கற்பனை செய்துகொள்ளவில்லை. அதிர்வுகளை உருவாக்கும் நோக்கமும் எனக்கு இல்லை என்பதைத் தெளிவுபடுத்துவது சிறிய இம்முன்னுரையின் முக்கிய நோக்கங்களில் ஒன்று.

○ ○ ○

இக்கட்டுரைகளை எழுதுவதற்கு என்னைத் தொடர்ந்து ஊக்குவித்த *காலச்சுவடு* ஆசிரியர் கண்ணனுக்கும் அரவிந்த னுக்கும் சலபதிக்கும் ஒரு ஆசிரியரைப் போல இவற்றைக் கவனமாக வாசித்துத் தேவையானபோது ஒரு குட்டு வைத்துத் திருத்தும் கவிஞர் சுகுமாரனுக்கும் கட்டுரைகளைத் தொகுப்ப தற்கு உதவிய மண்குதிரை, செல்லப்பா, ஷாலினி ஆகியோ ருக்கும் காலச்சுவடு பதிப்பகத்தின் வடிவமைப்பாளர்கள் கீழ்வேளூர் பா. ராமநாதன், ரெத்தினகுமாரி மற்றும் *காலச்சுவ டின்* பணியாளர்கள் நாகம், ஷர்மிளா, முத்து, ராசு, அய்யாசாமி ஆகியோருக்கும் கவிதா, தில்லை முரளி, சரவணன், எஸ். தர்ம ராஜன், இரா. வெள்ளியங்கிரி, கதிர்வேலு முதலான நண்பர் களுக்கும் இந்தத் தருணத்தில் என் நன்றியைத் தெரிவித்துக் கொள்வது அவசியம்.

சென்னை
17 ஜூலை, 2012

தேவிபாரதி

வீரப்பனார் வதைப்படலம்

ஒரு கொலையும் சில கதைகளும்

கடந்த பத்தாண்டுகளாகத் தமிழ் ஊடகங்களின் செல்லப்பிள்ளையாக இருந்துவந்த சந்தனக் கடத்தல் வீரப்பன் கடந்த 18.10.2004 அன்று தமிழக அதிரடிப் படையினரால் சுட்டுக்கொல்லப்பட்ட நிகழ்வைத் தொடர்ந்து எழுந்துள்ள விவாதங்கள் அகிரா குரோசோவாவின் புகழ்பெற்ற திரைப்படமான 'ரஷோமா'னை நினைவூட்டக்கூடியவை. ரஷோமனின் முதன்மைப் பாத்திரமான தஜோமரு என்னும் கொள்ளைக்காரன், வீரப்பனைப் போன்றே அடர்ந்த கானகத்தில் வசிப்பவன். அக்கானகத்தின் வழியே செல்லும் பெண்ணொருத்தியை வன்புணர்ச்சிக்குள்ளாக்கி அவளுக்குத் துணையாக வரும் கணவனைக் கொன்றுவிடுகிறான் தஜோமரு. கதையின் கரு வீரப்பனின் 'வரலாற்றோடு' எந்த விதத்திலும் ஒத்துப்போகக்கூடியதல்ல என்றாலும் அந்தப் படத்தின் மூலம் குரோசோவா சொல்லவந்த விஷயத்தைத்தான் வீரப்பனின் வாழ்வும் மரணமும் நமக்குச் சொல்ல முயல்கின்றன. 'முழு முற்றான உண்மையென்று எதுவுமே இல்லை' என்பதுதான் அது.

குரோசோவாவின் திரைப்படம் மிக எளிமையானது. சாத்தியப்பட்ட எல்லா வாய்ப்புகளையும் அது தனது பார்வையாளர்களின் முன்பு ஒளிவு மறைவில்லாமல் வைத்துவிடுகிறது. கதைசொல்லிகள் ஒவ்வொருவருக்கும் அது சம வாய்ப்பை வழங்குகிறது. ஆனால் வீரப்பன் விஷயத்தில் அதிரடிப்படைத் தலைவர் விஜயகுமார் மட்டுமே கதை சொல்லும் உரிமையை அதிகாரப்பூர்வமாகப் பெற்றிருப்பவர். மற்றவர்கள் யாருக்குமே அந்தக்

கதையை வேறுவிதமாகச் சொல்வதற்கான வாய்ப்புக் கிடைக்க வில்லை. ஆனால் குரோசோவாவின் அந்தத் திரைப்படத்தைப் போலவே விஜயகுமார் சொல்லும் கதைகளும் ஓர் உண்மை யைத் தெளிவுபடுத்திவிடுகின்றன : 'முழு முற்றான உண்மை என்று எதுவுமே இல்லை'.

19.10.2004 அன்று நாளிதழ்களில் வெளியிடப்பட்ட புகைப் படங்களில் வீரப்பனின் உருக்குலைந்த சடலத்தைப் பார்த்தவர் கள் யாருமே அதிரடிப்படைத் தலைவர் சொன்ன 'கதையை' நம்பவில்லை. ஆனால் முந்தைய நாள் இரவு செய்தியாளர் களிடம் அவர் சொன்ன 'கதை'யில் நம்ப முடியாதது என எதுவுமே இல்லை. வீரப்பனும் அவருடைய கூட்டாளிகளும் தர்மபுரி – பாப்பாரப்பட்டி இடையே நடமாடுவதாக அதிரடிப் படைக்கு ஒரு ரகசியத் தகவல் வருகிறது, உடனடியாக அதிரடிப் படைத் தலைவர் விஜயகுமார் தலைமையில் ஒரு போலீஸ் படை அந்த இடத்தை முற்றுகையிடுகிறது; வீரப்பனும் அவருடைய கூட்டாளிகளும் ஒரு வாகனத்தில் தப்பியோட முற்படுகிறார்கள்; அந்த வாகனத்தை நிறுத்துமாறு போலீசார் சைகை காட்டுகிறார்கள்; ஆனால் வாகனத்திற்குள் இருந்த மர்ம நபர்கள் போலீசாரை நோக்கித் துப்பாக்கியால் சுடத் தொடங்குகின்றனர்; பதிலுக்குப் போலீசாரும் திருப்பிச் சுடுகின்றனர். அவ்வளவுதான், மொத்தக்'கதை'யும் இருபதே நிமிடங்களுக்குள் முடிந்துவிடுகிறது. கடந்த இருபதாண்டுகளாகத் தமிழக, கர்நாடக மாநிலப் போலீசாருக்குக் கடும் சவாலாகத் திகழ்ந்த வீரப்பனும் அவருடைய கூட்டாளிகளும் கொல்லப் படுவதுதான் முடிவு. போலீஸ் தரப்பில் ஒரு டி.எஸ்.பி., ஒரு இன்ஸ்பெக்டர், மற்றும் இரண்டு காவலர்களுக்கு லேசான காயம் ஏற்படுகிறது. *(தினமலர் 19.10.2004)*

அதிரடிப்படைத் தலைவர் விஜயகுமார் சொன்ன மிக எளிமையான இந்தக் கதையைக்கூட நம்மில் பலரால் நம்ப முடியாமல்போனதற்குக் காரணம் நமது முன்முடிவுகள்தாம். வீரப்பனைப் பிடிப்பதென்பது கற்பனைக்கும் அப்பாற்பட்ட ஒரு காரியமாகவே எல்லோருக்கும் தென்பட்டது. செய்தியைக் கேள்விப்பட்ட கர்நாடக முதல்வர் தரம்சிங்கூட முதலில் தான் அதை நம்பவில்லை என்றுதான் சொல்கிறார். ஆனால் தோல்விகளால் துவண்டுபோயிருந்த முதல்வர் ஜெயலலிதா வுக்கு இந்தச் செய்தி பெரும் களிப்பைக் கொடுத்ததில் எந்த ஆச்சரியமுமில்லை. தனது அரசின் மகத்தான சாதனையாக இதை வர்ணித்த அவர், உடனடியாக அதிரடிப்படை வீரர் களுக்கு ஏராளமான வெகுமதிகளை அள்ளி வழங்கினார். இலவச வீடு, ரொக்கப் பரிசு, இரட்டைப் பதவியுயர்வுகள்

போன்ற நம்பமுடியாத அறிவிப்புகளால் அதிரடிப்படை திணறிப் போயிற்று.

ஆனால் மறுநாள் செய்தியாளர்கள் சந்திப்பில் அதிரடிப் படைத் தலைவர் விஜயகுமார் முற்றிலும் வேறொரு கதையைச் சொன்னார். ஹாலிவுட் திரைப்படங்களையும் மிஞ்சக்கூடிய அளவுக்குத் திருப்பங்களும் பரபரப்பும் நிரம்பிய அக்கதை முந்தைய நாள் அவர் சொன்ன குட்டிக் கதையிலிருந்து முற்றாக மாறுபட்டிருந்தது. இது சாகசங்கள் நிரம்பிய ஒரு நெடுங்கதை. அதிரடிப்படையினரின் வீரத்தையும் மதிநுட்பத்தையும் பறை சாற்றும் ஒரு வீர காவியத்தின் சாயல்கள் அந்தக் கதையில் தென்பட்டன. புதிய காட்சிகளும் புதிய பாத்திரங்களும் இயக்குநர் விஜயகுமாரால் அறிமுகம்செய்யப்பட்டன. முந்தைய கதையில் நடைபெற்றவையெல்லாம் தற்செயலானவை. வீரப்பன் அந்தப் பகுதியில் நடமாடியதும் தமக்குக் கிடைத்த தகவலை அலட்சியப்படுத்தாமல் அதிரடிப்படை வீரர்கள் அந்தப் பகுதிக்குப் போனதும் வீரப்பன் கும்பலோடு மோதியதும் இறுதியில் வீரப்பனும் அவருடைய குழுவினரும் கொல்லப் பட்டதும் எங்குமே நிகழக்கூடியவை; அசாதாரணமானது என அதில் எதுவுமே இல்லை.

ஆனால் பின்னர் சொல்லப்பட்ட இந்தக் கதையில் மயிர்க் கூச்சரியவைக்கும் பல சம்பவங்கள் இடம்பெற்றிருக் கின்றன. அதிரடிப்படை வீரர் வெள்ளைத்துரை வீரப்பன் கும்பலுக்குள் ஊடுருவுகிறார்; வீரப்பனோடு நெருங்கிப் பழகி அவருடைய நம்பிக்கையைப் பெறுகிறார்; அவரது கண்பார் வைக் கோளாறுக்குச் சிகிச்சை பெறும் ஆசையைத் தூண்டி விடுகிறார். வீரப்பனும் அதற்கு இணங்குகிறார். மருத்துவமனைக் குச் செல்ல ஓர் ஆம்புலன்சைப் போலீசே ஏற்பாடுசெய்கிறது, அதைச் சரவணன் என்னும் காவலர் ஒருவரே ஓட்டி வருகிறார். ஆம்புலன்சிற்குள் ஒரு ரகசியக் காமிரா பொருத்தப்பட்டிருக் கிறது (துரதிருஷ்டவசமாக அது பின்னர் இயங்கவில்லை). முன்னரே தீர்மானித்தபடி ஆம்புலன்சைக் குறிப்பிட்ட இடத்தில் நிறுத்திவிட்டுச் சரவணனும் அவருடனிருந்த வெள்ளைத்துரை யும் காட்டுக்குள் ஓடிவிடுகிறார்கள். போகும்போது மறக்காமல் வேனின் சாவியை எடுத்துக்கொள்கிறார்கள். வேனுக்குள் இருந்த வீரப்பனையும் அவருடைய கும்பலையும் சரணடையச் சொல்லி அதிரடிப்படை ‘வேண்டுகோள்’ விடுக்கிறது. வீரப்பன் அதைப் பொருட்படுத்தாமல் அதிரடிப்படை வீரர்களை நோக்கி நவீன ரகத் துப்பாக்கிகளால் சுடத் தொடங்குகிறார். அதிரடிப் படை வீரர்கள் நாற்பது பேரும் வேறு வழியே இல்லாமல் வேனுக்குள் சிறைப்பட்டிருக்கும் நால்வரையும் நோக்கி நவீன

ரகத் துப்பாக்கிகளால் சுடுகிறார்கள். அவ்வளவுதான், இருபதே நிமிடங்கள் . . . கதையின் முடிவில் எந்த மாற்றமும் இல்லை.

இந்த இரண்டு கதைகளையும் ஒப்பிட்டுப் பார்ப்பவர்களுக்குச் சில கேள்விகள் எழுவது இயற்கை. வீரப்பனைக் குறித்துத் தமிழ் மனங்களில் உருவாக்கப்பட்டிருக்கும் பிம்பம் இந்தக் கதைகளை ஏற்றுக்கொள்ள மறுப்பதுகூட இயல்பான ஒன்றுதான். என்னதான் கண்பார்வைக் கோளாறுக்குச் சிகிச்சை எடுக்க வேண்டிய நிர்ப்பந்தம் வீரப்பனுக்கு இருந்தாலும் தன் குழுவை ஒட்டுமொத்தமாக அழைத்துக்கொண்டுபோய் அவ்வளவு கவனக்குறைவாகப் போலீஸின் வலைக்குள் விழுந்து விடக்கூடிய அளவுக்கு அவர் அசடு அல்ல. வீரப்பனும் அவர் குழுவினரும் போலீசாரிடம் பிடிபட்டது ஒரு தற்செயலான நிகழ்வு என்பது போலீசுக்குப் பெருமை சேர்க்கிற விஷயமல்ல. ஆகவேதான் விஜயகுமார் முந்தைய நாள் சொன்ன ஒரு சாதாரணக் கதைக்கு மறுநாள் மெருகூட்டுகிறார். தவிர முதல்வர் ஜெயலலிதா அதைத் தனது அரசின் மகத்தான சாதனையாக வர்ணித்துப் புளகாங்கிதமுற்றதோடு, அதிரடிப்படை வீரர்களுக்குப் பலகோடி ரூபாய் மதிப்புள்ள பரிசுகளை அறிவித்த பிறகு அதற்குப் பொருத்தமாக, வீரஞ்செறிந்த ஒரு புதிய கதையைக் கட்டமைக்க வேண்டிய அவசியம் அதிரடிப்படைக்கு ஏற்பட்டிருக்கலாம் அல்லவா? ஜெயலலிதாவின் அறிவிப்பு, திடீரென்று கதைக்கு ஒரு பிரம்மாண்டத்தை அளிக்க வேண்டிய நிர்ப்பந்தத்தைக் கதாசிரியர் விஜயகுமாருக்கு அளித்திருக்கலாம். அதை அவர் சந்தோஷமாகவே செய்திருப்பார்.

❍

மனித உரிமை ஆர்வலர்கள் விஜயகுமாரின் இரண்டு ‘கதைகளுக்கும்’ இடையே தென்படும் முரண்பாடுகளைக் கேள்விக்குட்படுத்துகிறார்கள். இதற்கு முன்னால் பல ‘மோதல்’ சம்பவங்களுக்குத் தலைமையேற்றுள்ள விஜயகுமாருக்கு அதைப் பொருட்படுத்த வேண்டிய அவசியம் இல்லை. ‘சில காரணங்களால், எல்லா ரகசியங்களையும் வெளியிட முடியாது’ என்று சொல்கிறார் அவர். அந்தச் ‘சில காரணங்கள்’ ரகசியமாகவே நீடிக்கும் என்பதைச் சொல்ல வேண்டியதில்லை. ‘என்ன நடந்ததோ அதை அப்படியே மக்களுக்குச் சொல்வதில் என்ன பிரச்சினை என்பது புரியவே இல்லை’ என்கிறார் பவானியைச் சேர்ந்த வழக்கறிஞரும் மனித உரிமை ஆர்வலருமான எழுத்தாளர் பாலமுருகன். உண்மையறியும் குழுக்கள், வீரப்பன் கொல்லப்பட்ட விதம் பற்றிய தங்களுடைய சந்தேகங்களுக்கான முக்கிய ஆதாரங்களாக இந்த முரண்பாடுகளையே

சுட்டிக்காட்டுகின்றன. அவசர அவசரமாக நடத்தப்பட்ட சவக் கூறாய்வு, தங்களுடைய சந்தேகங்களுக்கு வலுவூட்டுகிறது எனச் சொல்கிறார் மதுரையைத் தலைமையிடமாகக்கொண்டு செயல்படும் மக்கள் கண்காணிப்பகத்தின் நிர்வாக இயக்குநர் ஹென்றி திபேன்.

வீரப்பன் போலீசாரிடம் சரணடைந்திருக்கலாம் என்பதே மனித உரிமை ஆர்வலர்கள் பலரது ஊகம். அல்லது போலீஸ் அவர்களை உயிரோடு பிடித்திருக்கலாம் என்றும் ஒரு தகவல் இருக்கிறது. பிடிபட்ட வீரப்பனிடம் சில முக்கியப் புள்ளிகளுக்கு எதிராக வாக்குமூலம் கோரியதாகவும் அதற்கு வீரப்பன் மறுத்துவிட்டதால் அவரையும் அவருடைய குழுவினரையும் சித்திரவதை செய்து கொன்றுவிட்டார்கள் என்றும் சொல்கிறார்கள். இது பற்றிக் *குமுதம் ரிப்போர்ட்டர்* இதழ் ஒரு செய்திக் கட்டுரையை வெளியிட்டது நினைவிருக்கலாம்.

ஆனால் வீரப்பன் மனைவி முத்துலட்சுமி இதை வேறுவிதமாகப் பார்க்கிறார். தன் கணவரைப் போலீசாரால் கொல்ல முடியாதெனச் சொல்லும் முத்துலட்சுமி தனது கணவர் தற்கொலை செய்துகொண்டிருக்கலாம் என்கிறார். முத்துலட்சுமியின் இந்தக் கூற்றை விஜயகுமார் உடனடியாக மறுத்தார். தனது 'தீரச்செயல்' கேள்விக்குள்ளாகிவிடுமோ என்னும் 'அச்சம்' விஜயகுமாருக்கு ஏற்படுவதைப் போலவே முத்துலட்சுமிக்குத் தன் கணவரின் இதுவரையிலான படிமத்தைக் காப்பாற்ற வேண்டுமென்னும் 'பதற்றம்' தோன்றுவதும் இயல்பானதுதான் இல்லையா? கடைசியில் 'ரஷோமன்' திரைப்படத்தில் வருவது போலவே வீரப்பனின் 'ஆவி'யை அழைத்து அவர் சாவுக்கான காரணத்தைக் கேட்டுவிட்டது *நக்கீரன்*. (வீரப்பனின் 'ஆவி' போலீஸ் சொன்ன அதே 'கதை'யைத் திரும்பச் சொன்னதுதான் ஆச்சரியம்!)

'கதை'கள் ஒருபுறமிருக்க, உண்மையைக் கண்டறிவதில் மனித உரிமை ஆர்வலர்கள் தீவிரமாக இருக்கிறார்கள். வீரப்பன் கைதுசெய்யப்பட்டு நீதிமன்றத்தில் விசாரிக்கப்பட்டிருக்க வேண்டும் என்பது அவர்களுடைய வாதம். அரசியல் சாசனம் உத்தரவாதப்படுத்தியிருக்கும் மனித உரிமைகளைத் தமிழகக் காவல் துறை மதிப்பதே இல்லை. அது சட்டத்தைக் கையிலெடுத்துக்கொள்வது ஆபத்தான போக்கு என்கிறார் மனித உரிமைப் போராளி பேராசிரியர் கல்யாணி.

சவக்கூறாய்வைத் தனது மேற்பார்வையில் பாதுகாப்பாக நடத்தி முடித்து அவசர அவசரமாக உடல்களை எரியூட்டச் செய்வதில் வெற்றிபெற்றுவிட்ட விஜயகுமாருக்கு உண்மையறி

யும் குழுக்களின் செயல்பாடுகள் பெரும் தொல்லையாய் இருக்கக்கூடும். வீரப்பன் கொல்லப்பட்டது தொடர்பான விவகாரத்தில் அதிரடிப்படையின் சட்ட மீறல்கள் குறித்த விவரங்களைத் தொகுத்துத் தேசிய மனித உரிமை ஆணையத் திற்கு அனுப்பியுள்ள மக்கள் கண்காணிப்பகம் அதிரடிப்படை யின்மேல் சட்டபூர்வமான நடவடிக்கையைக் கோருகிறது. தவிர சம்மந்தப்பட்ட காவல் துறை அதிகாரிகள்மீது குற்றவியல் நடைமுறைச் சட்டப்படி வழக்குப் பதிவுசெய்யக் கோரித் தர்மபுரி மாவட்ட ஆட்சியருக்கும் ஒரு விண்ணப்பத்தை அனுப்பியிருக்கிறார் அவ்வமைப்பின் நிர்வாக இயக்குநர் ஹென்றி திபேன்.

இதுபோன்ற குரல்களுக்குப் பெரிய முக்கியத்துவம் இருக்கப் போவதில்லை. மனித உரிமைகள் குறித்த விவாதங்களுக்கு அப்பாற்பட்டதாகவே வீரப்பனின் படுகொலை பார்க்கப் படுகிறது. வீரப்பன் ஒரு கொடூரமான குற்றவாளி. யானைகளைக் கொன்று தந்தங்களைக் கடத்தியது; சந்தன மரங்களைக் கடத்தியது; ஆட்களைக் கடத்திப் பணம் பறித்தது தவிர நூற்றுக்கணக்கான மனித உயிர்களையும் அவர் பறித்தவர். அவருடைய விஷயத்தில் மனித உரிமைபற்றிப் பேச வேண்டிய தில்லை என்கிறார் பாஜகவின் முன்னாள் தலைவர் வெங்கய்ய நாயுடு. வீரப்பன் கொலை குறித்துக் கருத்துச் சொன்ன அரசியல் தலைவர்களில் யாருமே அவர் கொலைசெய்யப் பட்டது குறித்து எதிர்மறையாக விமர்சிக்கவில்லை. எல்லோ ருமே தமிழக அரசின் இந்த 'மகத்தான சாதனை'யைப் பாராட்டவே செய்தார்கள்.

❍

வீரப்பன் மரணத்தைப் போலவே அவரைப் பற்றி தமிழ் மனங்களில் உருவாக்கப்பட்டிருக்கும் பிம்பமும் பல பரிமாணங் களைக்கொண்டது. குழந்தைகளுக்கான சித்திரக்கதைகளின் நாயகனுடையதைப் போல அது தொடர்ந்து மாறிக்கொண்டே யிருந்தது. காடுகளில் மறைந்து திரிந்த ஒரு கடத்தல்காரர் என்ற அவருடைய பிம்பம் 1990களின் பிற்பகுதியில் மெல்ல மாற்றமடையத் தொடங்கியது. எண்பதுகளின் பிற்பகுதியில் வனத் துறை அதிகாரிகள் சிலரைக் கொடூரமான முறையில் கொன்றதன் மூலம் கவனம்பெற்ற அவர் பிறகு போலீசாருக்குச் சிம்மசொப்பனமாக விளங்கினார். அவரைப் பற்றிய பயங்கரக் கற்பனைகள் வனப்பகுதிகளில் உலவத் தொடங்கின. அவரது தந்திரமான ஈவிரக்கமற்ற நடவடிக்கைகள் பற்றிய செய்திகள் அவருக்கு ஒரு கதாநாயகனின் படிமத்தை அளித்தன. மலையின

மக்களின் மீது அதிகாரம் செலுத்திக்கொண்டிருந்த வனத்துறை அதிகாரிகள் வீரப்பனின் பெயரைக் கேட்டாலே ஓடி ஒளியும் நிலை உருவானது. அவரால் கடத்தப்பட்ட குவாரி அதிபர்கள் மலையின மக்களைச் சுரண்டுபவர்களாகவே இருந்தமையால், விரைவிலேயே மலையின மக்கள் வீரப்பனைத் தங்களுடைய ரட்சகனாகப் பாவிக்கத் தொடங்கினர். வீரப்பன் மலையின மக்களிடையே செல்வாக்குப் பெற்றதற்கு இதுவும் ஒரு காரணம்.

தனது வழியில் குறுக்கிட்ட வனத்துறை அதிகாரிகளையும் காவல்துறையினரையும் அவர் ஈவிரக்கமில்லாமல் கொன்றதோடு வனப்பகுதியை ஒட்டியிருந்த காவல்நிலையங்களைத் தாக்கி ஏராளமான ஆயுதங்களையும் பறித்துச்சென்றார். போலீசிடமிருந்து அவர்களுடைய சீருடைகளைப் பறித்து அவற்றையே அணிந்துகொள்ளும் பழக்கம் வீரப்பனுக்கு இருந்தது. வீரப்பனின் நடவடிக்கைகள் அவருக்கு ஒரு கொரில்லா வீரனின் தோற்றத்தைக்கூடத் தந்திருந்தன. அவர் விடுதலைப்புலிகளிடம் கொரில்லாப் போர்முறையைக் கற்றுக் கொண்டதாகக்கூடச் சில பத்திரிகைகள் 'செய்தி' வெளியிட்டன. கடத்தலின் மூலம் ஈட்டிய பெரும் தொகைகளைப் பழங்குடி மக்களுக்கும் தன்னை நாடி வந்த ஏழை எளியவர்களுக்கும் வாரிவழங்கினார் என்ற வதந்தி அவரை ஒரு ராபின்ஹூடாகக் காட்டியது. 90களின் பிற்பகுதியில் *நக்கீரன்* இதழின் நிருபர் சிவசுப்பிரமணியம்தான் முதன்முதலாகக் காட்டுக்குள் சென்று வீரப்பனைப் பல கோணங்களில் புகைப்படமெடுத்துக் கொண்டு வந்தவர். ஆனால் அந்தப் புகைப்படங்கள் அவருடைய பேட்டியுடன் *இந்தியா டுடே*யில் வெளியிடப்பட்டது தனிக்கதை.

ஊடகங்களில் கிடைத்த இந்தக் கவனம் வீரப்பனின் வாழ்வில் ஒரு பெரும் திருப்புமுனையாக அமைந்தது என்று சொல்கிறார் உள்ளூர்ப் பத்திரிகையாளர் ஒருவர். 1996க்குப் பிறகு அவர்மீது இரண்டு கொலை வழக்குகள் மட்டுமே பதிவாகியிருக்கின்றன. கர்நாடக முன்னாள் அமைச்சர் நாகப்பாவின் கொலை அவற்றில் ஒன்று. அதிலும்கூட சர்ச்சைகள் நீடிக்கின்றன. ஆனால் வீரப்பனின் புகழ்பெற்ற கடத்தல்கள் நடைபெற்றதும் இந்தக் கட்டத்தில்தான். ஆட்களைக் குறி வைத்துக் கடத்தத் தொடங்கினார். ஒவ்வொரு கடத்தல் சம்பவத்தின்போதும் தனக்குப் பொதுமன்னிப்பும் பெரிய அளவிலான நஷ்டஈடும் வழங்கக் கோரினார்.

சட்டபூர்வமான நடவடிக்கைகளை எதிர்கொள்வதற்கு மிகவும் தயங்கினார் என அவரை நன்கு அறிந்த பத்திரிகையாளர்கள் சிலர் கூறுகிறார்கள். அரசியலில் ஈடுபடும் ஆசை உருவானதும்கூட இந்தக் கட்டத்தில்தான். பூலன்தேவியைப்

போலத் தன்னால் வெற்றிபெற முடியும் என்ற நம்பிக்கை அவருக்கு அழுத்தமாக இருந்தது. 1996இல் தொலைக்காட்சியின் வழியே நேரடியாக அரசியல் பிரச்சாரமே செய்தார். கடத்தப் பட்ட ஆட்களைப் பரிவாக நடத்துவது, பேச்சுவார்த்தைக்குப் பத்திரிகையாளர்களை அனுப்புமாறு கோருவது, விதவிதமான தோற்றங்களில் புகைப்படங்களுக்குப் போஸ் கொடுப்பது, ஆடியோ மற்றும் வீடியோ கேசட்டுகளின் வழியே மக்களிடையே பேசுவது போன்ற அவருடைய நடத்தைகளுக்குப் பின்னால் இருந்தது அவருடைய அரசியல் ஆசைகள்தாம். அவர் தன்னை மிக முக்கியமான ஓர் ஆளாகக் கற்பனை செய்துகொண்டார். குடியரசுத் தலைவரைச் சந்தித்து அவர் முன்னால்தான் சரணடைவேன் என்றுகூட ஒருமுறை சொல்லியிருக்கிறார்.

ராஜ்குமார் கடத்தலின்போது அவர் விதித்த நிபந்தனைகள் எந்தவொரு அரசாலுமே ஏற்றுக்கொள்ள முடியாதவை. அப்போது அவர் தமிழ்த் தேசியவாதியாக ஒரு புதிய அவதார மும் எடுத்திருந்தார். இலங்கைக்குத் தப்பிச்செல்லும் ஆசைகூட அவருக்கு இருந்ததாகச் சொல்லப்படுகிறது. ஊடகங்கள் அவருக்குப் பல தீவிரவாதக் கும்பல்களுடன் தொடர்பு இருப்பதாகவும் கூறின. ஆனால் அடிப்படையில் அவர் காட்டு வாழ்விலிருந்து விடுபட்டு மனைவி குழந்தைகளுடன் அமைதி யாக வாழ்வதையே விரும்பியிருக்கிறார். ஆனால் சரணடைந் தால் கொல்லப்படுவோம் என்ற அச்சம் அவருக்கு இருந்தது என்கிறார் பாலமுருகன். வீரப்பன் தனது உயிரைக் காப்பாற்றிக் கொள்வதற்காக ஓயாமல் ஓடிக்கொண்டே இருந்தார் என்கிறார் அவர். ஏற்கனவே போலீசாரிடம் சரணடைந்த அவருடைய தம்பி அர்ஜுனனும் மற்ற இரண்டு கூட்டாளிகளும் கொல்லப் பட்டதைக் கண்டு மிகவும் பயந்துபோயிருந்தார்.

கொல்லப்படுவதற்குச் சில வாரங்களுக்கு முன்னதாக அவர் தமிழக முதல்வருக்கு ஓர் ஆடியோ கேசட் அனுப்பிய தாகச் சொல்லப்படுகிறது. அதில் அவர் நிபந்தனையின்றிச் சரணடையும் தனது விருப்பத்தைத் தெரிவித்திருந்ததாகச் சொல்கிறார்கள். ஆனால் அரசு அதைப் பொருட்படுத்தியதாகத் தெரியவில்லை. இப்போதுகூட அவர் போலீசாரிடம் சரணடைந் திருக்கலாம் என்றும் சரணடைந்தவரைத்தான் சித்தரவதை செய்து கொன்றிருக்கிறார்கள் என்றும் சொல்லப்படுகிறது.

மனித உரிமை ஆர்வலர்களின் குரல்களுக்கு எந்த அளவுக்கு மதிப்பு இருக்கப்போகிறது என்பது தெரியவில்லை. தங்களுடைய அக்கறைகள் மனித உரிமைகள் சார்ந்தவைதானே தவிர வீரப்பனுக்கு வக்காலத்து வாங்குவது அல்ல என்று *காலச்சுவடுக்கு* அளித்த பேட்டியில் சொல்கிறார் ஹென்றி

திபேன். குற்றம் சாட்டப்பட்ட ஒருவருக்குத் தனது தரப்பு வாதங்களை எடுத்துரைப்பதற்கான வாய்ப்பை அனு மதிப்பது தான் முறையானது. சம்மந்தப்பட்ட நபர் குற்றவாளியென்பது நிரூபணமாகும்பட்சத்தில் அவருக்குத் தண்டனை வழங்குவது நீதிமன்றத்தின் கடமை. காவல்துறை தனது அதிகார வரம்பை மீறிச் செயல்படுவது ஆபத்தான பல விளைவுகளை உருவாக்கும் என்கிறார் திபேன்.

ஆனால் வீரப்பன் ஒரு குற்றவாளியென்பதில் யாருக்கும் சந்தேகமில்லை. அவர் செய்த குற்றங்கள் வெளிப்படையானவை. அவரே ஒப்புக்கொண்டவை. அவரைக் கொன்றதில் தென்படும் முரண்பாடுகள் காவல் துறைக்குப் பெரிய பிரச்சினையாக உருவெடுக்க வாய்ப்பில்லை. இதற்கு முன்னால்கூடத் தமிழகக் காவல் துறையால் நடத்தப்பட்ட போலி மோதல் சாவுகள் குறித்த புகார்களின் மீது எவ்வித நடவடிக்கையும் எடுக்கப் பட்டதில்லை. இது காவல்துறையினரின் சட்ட விரோதமான நடைமுறைகளுக்கு அளிக்கப்படும் அங்கீகாரம்தானே தவிர வேறில்லை.

அதிரடிப்படை தனது சாகசத்திற்கான வெகுமதியைத் தாராளமாகவே பெற்றுக்கொண்டுவிட்டது. ஆனால் அதிரடிப் படையால் பாதிப்புக்குள்ளான மலையின மக்களுக்கு நிவாரணம் கோரும் கோரிக்கைகளை அரசு இனி எந்த அளவுக்குப் பொருட்படுத்தப்போகிறது? ராஜ்குமாரை விடுவிக்க வீரப்பன் விதித்த நிபந்தனைகளில் முக்கியமானவையாகக் கருதத்தக்கவை பாதிக்கப்பட்ட மக்களுக்கு நிவாரணம் வழங்க வேண்டும் என்பதும், தவறிழைத்த அதிகாரிகள் தண்டிக்கப்பட வேண்டும் என்பதும்தாம். அவற்றை நிறைவேற்றுவதற்கு அரசை நிர்ப்பந் தித்த வீரப்பன் இப்போது உயிருடன் இல்லை என்பது பாதிக்கப்பட்ட மலையின மக்களுக்கு நல்ல செய்தி அல்ல. கொலைவெறி பிடித்த மிருகமாகச் சித்தரிக்கப்பட்ட வீரப்பனின் பல 'பரிமாணங்'களில் இது ஒன்று.

காவல்துறையின் மீதான விமர்சனங்கள் ஒருபுறம் இருக்க, மனித உரிமை இயக்கங்களின் செயல்பாடுகளும் கூரிய ஆய்வுக் குள்ளாகியிருக்கின்றன. இவற்றின் செயல்பாடுகள் சடங்குத் தன்மை கொண்டனவாக மாறிவிட்டன என்று சொல்கிறார் 'தலித்' இதழின் ஆசிரியரும் மனித உரிமை ஆர்வலருமான ரவிக்குமார். காவல் துறை மனித உரிமைகளை வெளிப்படை யாகவே மீறிக்கொண்டுதான் இருக்கிறது; மனித உரிமை அமைப்புகளும் அவற்றை விமர்சித்துக்கொண்டிருக்கின்றன; இரு தரப்பினருக்குமே இது சடங்காக மாறிப்போய்விட்டது என்கிறார் அவர். மக்களுக்கு இவை தொடர்பாக விழிப்புணர்வு

ஏற்படாதவரை அவற்றால் பெரிய பலன்கள் ஏற்பட வாய்ப் பில்லை என்கிறார் ரவிக்குமார். சட்டவிரோதமான கொலை களைத் தனது அதிகாரத்தின் ஒரு பகுதியாகவே காவல் துறை கருதுகிறது என்றால், அவற்றை விமர்சிப்பது மனித உரிமை அமைப்புகளுக்கான அதிகாரமாக மாறியிருக்கிறது என்றும் சொல்கிறார் அவர். "மனித உரிமை அமைப்புகளின் செயல்பாடுகளுக்குப் பலனே இல்லையென்றும் சொல்ல முடியாது" என்று சொல்கிறார் பேராசிரியர் கல்யாணி. "1997க்கு முன்னால் வீரப்பன் தேடுதல் வேட்டை என்ற பெயரில் மலையின மக்கள்மீது தொடுக்கப்பட்ட தாக்குதல் களின் கடுமையைக் குறைத்ததில் மனித உரிமை அமைப்பு களுக்குப் பெரிய பங்குண்டு" என்கிறார் பேராசிரியர் கல்யாணி. ஹென்றி திபேனும் அதை ஆமோதிக்கிறார். '1997க்குப் பிறகு அதிரடிப்படை தனது அணுகுமுறையை மாற்றிக்கொண்டது' என்கிறார் திபேன். அதிரடிப்படையின் அத்துமீறல்களை மனித உரிமை அமைப்புகள் வெளிச்சத்திற்குக் கொண்டுவந்ததன் விளைவு இது என்கிறார் அவர்.

இப்போது நிலமை முற்றாக மாறியிருக்கிறது. சங்கரராமன் கொலை வழக்கில் சங்கராச்சாரியார் கைது செய்யப்பட்ட விவகாரம் ஊடகங்களின் முக்கிய அக்கறையாக மாறிவிட்ட சூழலில் வீரப்பன் படுகொலை தொடர்பாக எழுப்பப்பட்ட கேள்விகளை யாராவது பொருட்படுத்தப்போகிறார்களா என்பது தெரியவில்லை. ஊடகங்களின் வழியே பெரிய கவனம் பெற்ற வீரப்பன், இப்போது அதே ஊடகங்களின் புறக்கணிப்புக் காரணமாக மறக்கடிக்கப்படவும் நேரலாம். வீரப்பனை வீழ்த்துவ தற்கு அவருடைய வழிமுறைகளையே பயன்படுத்திக்கொண்ட தாகச் சொன்னார் விஜயகுமார். சங்கராச்சாரியாரை முன் வைத்து மற்றொரு சாகசத்திற்குத் தயாராகியிருக்கும் காவல் துறை ஒட்டுமொத்த ஊடகங்களின் கவனத்தையும் அதை நோக்கித் திருப்பியிருக்கிறது. ஊடகங்களின் துணையில்லாமல் வீரப்பன் விவகாரத்தில் மனித உரிமை அமைப்புகள் எந்த அளவுக்குத் தீவிரமாக இயங்க முடியும் என்று தெரியவில்லை. வீரப்பன் விவகாரத்தில் புதையுண்ட உண்மைகள் வெளிச்சத் திற்கு வராமலேயேகூடப் போகலாம். அல்லது முன்வைக்கப் படும் பலவித 'உண்மை'களில் அவரவரும் தனக்குத் தோதான 'உண்மை'யை எடுத்துக்கொள்ளலாம். ஆக, 'முழு உண்மை என்று ஒன்றுமே இல்லை' என்ற குரோசோவாவின் கூற்றை அதிரடிப்படையும் தமிழகக் காவல்துறையும் தமது வழியில் நிறுவியிருக்கின்றன என்றுதான் சொல்லத் தோன்றுகிறது.

டிசம்பர், 2004

முட்டையிடும் குதிரைகளும் பரமார்த்த குருவும்

நியாயமான, சுதந்திரமான தேர்தல் என்ற இலக்கை நோக்கி நாம் நகர்ந்துகொண்டிருக்கிறோமா? அரசியல் கட்சிகளுக்குத் தேர்தல் கமிஷன் விதித்து வரும் கட்டுப் பாடுகளைப் பார்க்கும்போது அப்படித்தான் நம்பத் தோன்றுகிறது. நமது ஜனநாயக அமைப்பின் மீது நம்பிக்கை வைத்திருக்கும் எவருக்கும் அதை நம்ப வேண்டியது கட்டாயமும்கூட. முன்னெப்போதும் இல்லாத அளவுக்கு நடத்தை விதிகளை நடைமுறைப் படுத்துவதில் தேர்தல் ஆணையம் கண்டிப்புக் காட்டி வருகிறது. சர்வதேச மகளிர் தினத்தையொட்டிச் சென்னை நகரக் காவல் துறை ஆணையர் நடராஜ் தெரிவித்த ஒரு கருத்து நடத்தை விதியை மீறிய செயல் எனக் கருதிய தேர்தல் ஆணையம், காவல் துறை ஆணையரை மாற்றச் சொல்லி உத்தரவிட்டதும் தமிழக அரசு, ஆணை யத்தின் உத்தரவை எதிர்த்து நீதிமன்றத்திற்குப் போனதும் நீதிமன்றம் அரசின் நிலைபாட்டுக்கு ஆதரவாகத் தீர்ப் பளித்ததுமான நிகழ்வுகளை ஒரு கெட்ட கனவாக நினைத்து ஒதுக்கிவிட்டால் ஆணையம் வானளாவிய அதிகாரம் படைத்ததுதான் என்பதை ஒப்புக்கொள்வதில் யாருக்கும் எந்தச் சிரமும் இருக்காது.

ஏனென்றால் ஆணையம் பல விஷயங்களில் 'வெற்றி' பெற்றிருக்கிறது. தலைவர்களின் விண் முட்டும் உயரங்கள் கொண்ட கட் – அவுட்டுகள் வைப்பதை ஆணையம் தடுத்துவிட்டது. எல்லா வேட்பாளர்களும் தமது சொத்துக் கணக்குகளை 'ஒழுங்கா'கக் காட்டியிருக்கிறார்கள். முக்கிய அரசியல் கட்சிகளின் தலைவர்கள் தமது சொத்து

மதிப்பைக் கோடிக்கணக்கில் காட்டிய போதும்கூட அவை அவர்களுடைய உண்மையான சொத்து மதிப்பில் ஒரு தசமம் கூடத் தேறாது என்பன போன்ற விமர்சனங்கள் எழுந்திருப் பதைக்கூட நாம் பொருட்படுத்த வேண்டியதில்லை.

யாராவது ஒரு அமைச்சர் யாருக்காவது இலவசத் தையல் இயந்திரம் வழங்கியதாகக் கேள்விப்பட்டால் அதை விசாரித்து அறிக்கை அளிக்கச் சொல்லி உத்தரவிடுகிறது ஆணையம். அரசுக்குச் சொந்தமான சுவர்களில் எழுதப்பட்டிருக்கும் விளம்பரங்களைத் தனது பணியாளர்களைக் கொண்டு அழித்துவிட்டு அதற்கான செலவுத் தொகையைச் சம்பந்தப் பட்ட கட்சிகளிடமிருந்து வசூலிக்க உத்தரவிடுகிறது. ஆணையத் தின் கெடுபிடிகளால் தனியாருக்குச் சொந்தமான பல சுவர்கள் காப்பாற்றப்பட்டிருக்கின்றன. இரவு பத்து மணிக்கு மேல் ஒலிபெருக்கிகளைப் பயன்படுத்தக் கூடாது என்னும் ஆணையத் தின் உத்தரவையும்கூட அரசியல் கட்சிகள் 'செல்லமான' எதிர்ப்புகளுடன் பின்பற்றத்தான் செய்கின்றன. மூச்சைப் பிடித்துக்கொண்டு விடிய விடியப் பேசிப் பழக்கப்பட்டுப்போன நம் தலைவர்கள் கடிகாரத்தைப் பார்த்துக்கொண்டே 'பேருரை' ஆற்றுவதைப் பார்த்தால் புல்லரிக்கிறது.

ஆக, சுதந்திரமான மற்றும் நேர்மையான தேர்தல் என்பது நடைமுறைச் சாத்தியம்தான் என்ற எண்ணம் தோன்றுவதைத் தவிர்க்க முடியவில்லை. ஆனால் ஆணையத்தின் அதிகார வரம்பிற்குட்படாத பல விஷயங்களும் நடந்துகொண்டுதான் இருக்கின்றன.

அணி மாறுவதற்காக ம.தி.மு.கவின் பொதுச்செயலாளர் வைகோ ஜெயலலிதாவிடமிருந்து 40 கோடி ரூபாய் பெற்றுக் கொண்டிருக்கிறார் என்றும் அதிமுகவில் சேருவதற்காக நடிகர் சரத்குமாருக்கு அதிமுக தலைமை 22 கோடி ரூபாய் கொடுத் துள்ளது என்றும் முரளி, சிம்ரன், விந்தியா, கோவை சரளா போன்ற திரைத் தாரகைகள் ஒவ்வொருவரும் கட்சியின் அடிப்படை உறுப்பினர்களாகத் தம்மைப் பதிவு செய்துகொள் வதற்கு லட்சக்கணக்கில் பணம் பெற்றுக்கொண்டிருக்கிறார்கள் என்றும் வந்துகொண்டிருக்கும் 'செய்தி'களைத் தேர்தல் ஆணையம் கையைக் கட்டிக்கொண்டு வாசித்துக்கொண்டிருக் கிறது. அதேபோல் கட்சிகள் தமது தேர்தல் அறிக்கைகளில் எண்ணிலடங்காத இலவச வாக்குறுதிகளை அள்ளி வீசியுள்ள தையும் ஆணையம் வேடிக்கை பார்த்துக்கொண்டிருக்கிறது.

ஆனால் தனது அதிகார வரம்பிற்குட்பட்ட விஷயங்களில் ஆணையம் கண்டிப்புடன் நடந்துகொள்ளத்தான் செய்கிறது.

வேட்பாளர்கள் தங்கள் செலவுக் கணக்குகளைப் பராமரிக்க நோட்டுப் புத்தகங்களை வழங்கியிருக்கிறது. மூன்று நாட்களுக்கு ஒருமுறை செலவுக் கணக்குகளைக் காட்ட வேண்டுமென உத்தரவிட்டிருக்கிறது. எல்லாச் செலவுகளையும் பத்து லட்ச ரூபாய்க்குள் முடித்துக்கொள்ள வேண்டும் எனக் கண்டிப்புடன் ஆணையம் சொல்லியிருக்கிறது.

பத்து லட்ச ரூபாய் என்பது எவ்வளவு அற்பமான தொகை என்பதை ஒரு சராசரி வாக்காளரிடம் கேளுங்கள். வேட்பாளர் தனது பெயரையும் தான் போட்டியிடும் கட்சியின் பெயரையும் தனக்கு ஒதுக்கப்பட்ட சின்னத்தையும் அனுமதிக்கப்பட்ட சுவர்களில் வரைந்து வைத்துவிட்டுக் கையைக் கட்டிக்கொண்டு சும்மா உட்கார்ந்திருக்க முடியும் என்றால் அந்தத் தொகை போதுமானது. ஆனால் நமது வாக்காளர்களைக் கவர அது மட்டும் போதாது என்பது வாக்காளர்களுக்கே தெரிந்த விஷயம்.

வாக்குக் கேட்க வரும் ஒரு வேட்பாளர் எந்தக் கட்சியைச் சேர்ந்தவர் என்பது மட்டும் முக்கியமானதல்ல. அவர் எந்தச் சாதியைச் சேர்ந்தவர் என்பதும்கூடப் போதுமானதல்ல (எல்லா அரசியல் கட்சிகளும் அந்த விஷயத்தில் போதிய விழிப்புடன் இருக்கின்றன). அல்லது வண்டிவண்டியான இலவச வாக்குறுதிகளும்கூட வெற்றியைத் தீர்மானிக்கிற விஷயமல்ல. வேட்பாளர் வாக்குச் சேகரிக்க வரும்பொழுது எப்படி வருகிறார், அவரைப் பின்தொடர்ந்து வரும் வாகனங்களின் எண்ணிக்கை எத்தனை என்பதும்கூட முக்கியமானவைதான். நமது வாக்காளரைத் தமது தேர்தல் பிரச்சாரக் கூட்டத்திற்கு இழுத்துவர வேட்பாளர்கள் என்னென்ன தந்திரங்களையெல்லாம் செய்ய வேண்டியிருக்கிறது பாருங்கள். ஜெயலலிதாவும் கருணாநிதியும் சோனியாவும் வைகோவும் டாக்டர் ராமதாசும் வந்தால் போதாது. சரத்குமாரோ பாக்கியராஜோ சிம்ரனோ செந்திலோ கோவை சரளாவோ வர வேண்டும். மேடைகளில் குத்தாட்டம் போட வேண்டும். பேரணிகளில் கரகாட்டமும் நையாண்டி மேளமும் இடம்பெற வேண்டும். சூப்பர் ஸ்டார் ஏதாவது ஒரு கட்சிக்கு வாய்ஸ் கொடுத்தால் இன்னும் விசேஷம். ஆனால் அவர் எப்பொழுது எந்தக் கட்சிக்கு எப்படி வாய்ஸ் கொடுப்பார் என்பது யாருக்குமே தெரியாததாகையால் சின்னச் சின்ன நடிகர்களுக்கெல்லாம்கூட ஐந்தும் பத்துமாய் அழ வேண்டியிருக்கிறது.

சரத்குமாருக்கு அதிமுக 22 கோடி கொடுத்ததாகச் சொல்கிறார்கள். ஒரு வகையில் இத்தொகை கருணாநிதியின் அதிகார

பூர்வமான சொத்துக்கு நிகரானது. அவ்வளவு பெரிய விலை ஏன் என்றால் அவர் வெறும் நடிகர் மட்டுமல்ல; நாடார் சமுதாயத்தின் செல்வாக்கு மிக்க பிரமுகர்களில் ஒருவர் என்பதே. வெங்கடேச பண்ணையார் என்கவுன்டர் விவகாரத் தில் ஆளும் கட்சியின் மீதுள்ள அதிருப்தியைச் சரிக்கட்ட சரத்குமார் 'நாடா'ரும் பண்ணையாரின் மனைவி ராதிகா செல்வியைச் சமாளிக்க 'செல்வி' ராதிகாவும் உதவுவார்கள் என ஜெயலலிதா நம்புவதால்தான் அந்த நட்சத்திரத் தம்பதிக்கு அவ்வளவு பெரிய விலை என்று சொல்லப்படுகிறது. தவிர சுமார் 200 சிறுசிறு சாதி அரசியல் குழுக்களின் தலைவர்களுக் கும் சில லட்சங்கள் கிடைத்திருக்கின்றனவாம். கிடைத்தவற்றைப் பெற்றுக்கொண்டு எல்லோரும் 'சந்தோஷமாக'த் தேர்தல் பணி செய்கிறார்கள். மேற்குறிப்பிட்ட செலவுகளெல்லாம் தேர்தல் ஆணையத்தின் அந்த நோட்டுப் புத்தகங்களில் இடம் பெறவேபோவதில்லை. இவை போன்ற செய்திகளைக் கழுகாரும் வம்பானந்தா சுவாமிகளும் தமது வாசகர்களுக்குச் சொல்வதை வெகு சுவாரஸ்யமாகப் படித்துக்கொண்டிருப்பது தான் ஆணையத்தின் அதிகார வர்க்கத்திற்குச் சாத்தியப்படும் ஒரே விஷயம்.

○

நியாயமான, சுதந்திரமான தேர்தல் என்பதான ஒரு பாவனையுடன் செயல்படும் ஆணையத்திற்கு நடைமுறை களைப் பற்றிக் கொஞ்சமாவது தெரிந்திருக்கிறதா எனத் தெரியவில்லை. எழுத்தாளரும் பத்திரிகையாளருமான என் நண்பர் ஒருவர் சொன்ன 'கதை'யிலிருந்து தொடங்குகிறேன். கதை நிகழ்ந்த காலகட்டம் தேர்தல் ஆணையத்தின் 'பொற்கால' மாகக் கருதப்பட்ட காலம். 'கதை நாயகன்' பிரபல தேசியக் கட்சியொன்றின் மாநிலத் தலைவராக இருந்தவர். மக்களவைத் தேர்தலில் போட்டியிட்ட அவருக்கு அந்தத் தேர்தலில் செலவான தொகை ஒன்றரைக் கோடி. இவ்வளவுக்கும் அந்தக் கட்சியும் அந்த வேட்பாளரும் பொது வாழ்வில் நேர்மை, தார்மீகப் பண்புகள் போன்றவற்றை வலியுறுத்தியவர்கள். மனுத் தாக்கல் செய்துவிட்டுக் கொள்கைப் பிரச்சாரம் செய்துகொண்டிருந்த வரிடம் கூட்டணிக் கட்சிப் பிரமுகர் பாடம் நடத்தினாராம். தேர்தல் 'நடைமுறை'களைப் பற்றி விளக்கிய அந்தப் பிரமுகர் வேட்பாளரிடம் கேட்ட தொகைதான் நான் மேலே குறிப்பிட்டது.

அந்தக் கூட்டணிக் கட்சிப் பிரமுகர் முந்தைய தேர்தல் களில் வாக்குச் சாவடியைக் கைப்பற்றியது, கள்ள ஓட்டுகளைப் போட்டது, வாக்காளர்களுக்குப் பணம் கொடுத்தது, எதிரணி

யைச் சேர்ந்தவர்களை மிரட்டியது போன்ற பல வகையான குற்றச் சாட்டுகளுக்கும் உள்ளானவர். தார்மீகப் பண்புகளை வலியுறுத்திய தலைவர், கேட்ட தொகையை அவரிடம் கொடுத்து விட்டு ஒதுங்கிக்கொண்டாராம். வெறும் பதினைந்தே நாட்களில் கொடுத்த தொகை முழுமையாகச் செலவிடப் பட்டது; ஆணையத்தின் வரம்பிற்குட்பட்டவாறு செலவுக் கணக்கும் செவ்வனே காட்டப்பட்டது. கடைசியில் அவர் தோற்றுப் போனார் என்பது வேறு விஷயம்.

கதையை விட்டுவிட்டுச் சில புள்ளிவிவரங்களைப் பார்க்க லாம். என் நண்பரும் 19 வருடங்களில் 11 தேர்தல்களில் போட்டியிட்ட ஒரு முக்கிய அரசியல் கட்சிப் பிரமுகரின் உறவினருமான எழுத்தாளர் கொடுத்த புள்ளிவிவரங்கள் இவை.

1. **வாக்குச் சாவடி முகவர்கள்:** ஒருவருக்கு ரூ. 1000 வீதம் 250 பேர்களுக்கு ரூ. 2,50,000.

2. **வாகனச் செலவு:** ஒரு தொகுதிக்குக் குறைந்தபட்சம் 15 அல்லது 20 கார்கள் பயன்படுத்தப்படுகின்றன. கார் வாடகை மற்றும் அவற்றுக்கான எரிபொருள் செலவுகள் ஒரு காருக்கு ஒரு நாளுக்குக் குறைந்தபட்சம் 1000 ரூபாய். 20 கார்களுக்கு 20,000 ரூபாய். 30 நாள்களுக்குக் கணக் கிட்டால் அந்த வகையில் மட்டும் 6,00,000 ரூபாய். பிரச்சாரத்திற்காகத் தலைவர்கள் வரும்போது வாகனங் களின் எண்ணிக்கை பல மடங்கு அதிகம். ஒரு தொகுதிக் குக் கருணாநிதியோ ஜெயலலிதாவோ வரும்போது அவர்களுக்காக ஒரு வேட்பாளர் செய்யும் செலவு 5 லட்சத்திலிருந்து 10 லட்சம்வரை ஆகுமாம்.

3. தொண்டர்களுக்கான சாப்பாடு, ஒன்றிய மற்றும் பஞ்சாயத்து அளவிலான கட்சி அமைப்புகளுக்காகக் கொடுக்க வேண்டியுள்ள தொகை சுமார் 15 லட்சம்.

4. சுவர் விளம்பரம், தட்டி விளம்பரம், துண்டறிக்கைகள், சுவரொட்டிகள் ஆகியவற்றுக்காகச் செலவிடப்படும் குறைந்தபட்சத் தொகை சுமார் 4 லட்சம்.

5. பேரணிகள், பொதுக்கூட்டங்களை ஏற்பாடுசெய்யத் தேவைப்படும் தோராயமான தொகை சுமார் 5 லட்சம். பேரணி, பொதுக்கூட்டங்களுக்கு வரும் ‘தொண்டர்’ களுக்குச் சாப்பாடு போகக் கையில் 100, 200 என

ரொக்கம் கொடுக்க வேண்டியிருக்கலாம். அதெல்லாம் இந்தக் கணக்கில் சேராது.

6. இவையெல்லாம் தவிர நண்பர்கள், உறவினர்கள், தொண்டர்கள், கட்சிக்காரர்கள் எனப் பலருக்கும் தானமாக 100 ரூபாய் முதல் 500 ரூபாய் வரை கொடுக்க வேண்டியிருக்குமாம். அந்த வகையில் 5 லட்சம்.

7. போட்டி அதிகமாக இருந்தால் தேர்தல் தேதிக்கு ஓரிரு நாட்கள் இருக்கும்போது வாக்காளர்களுக்குத் தலைக்கு 100 கொடுக்க வேண்டியிருக்கலாமாம்.

8. பெரிய கட்சிகளின் வேட்பாளர், 'டம்மி'யாகச் சுயேச்சை வேட்பாளர் ஒருவரை நிறுத்துவார். இவர் செய்யும் பல செலவுகள் அவரது கணக்கில் காட்டப்படும்.

ஆக, வெற்றி பெற வேண்டும் என்று விரும்பும் எந்த வேட்பாளரும் குறைந்தபட்சம் 40 லட்ச ரூபாயாவது செலவிட வேண்டியிருக்கும். வேட்பாளரின் தகுதி, போட்டி நிலவரம், வசதி வாய்ப்புகள் ஆகியவற்றைப் பொறுத்து செலவு ஒன்றரைக் கோடி ரூபாய்வரை உயரலாம் என்கிறார் அந்த நண்பர். 10 லட்ச ரூபாய்க்கும் 40 லட்சம் முதல் ஒன்றரைக் கோடி வரைக்குமான இந்த இடைவெளியைத் தேர்தல் ஆணையம் எப்படி நிரப்புகிறது? நடத்தை விதிகளையும் யதார்த்தமான நடைமுறைகளையும் எப்படிச் சமன் செய்கிறது? இந்தக் கேள்விக்கான பதில்தான் இக்கட்டுரையின் தலைப்பை நியாயப்படுத்துகிறது. 'குதிரை முட்டை' எதன் உருவகமாகவும் இருக்கலாம். ஆனால் அந்த முட்டாள் சீடர்களின் குரு உருவகம் தேர்தல் ஆணையத்திற்கு முழுமையாகப் பொருந்திப் போவது துரதிர்ஷ்டவசமானது.

இந்தக் 'கதையெல்லாம் கிடக்கட்டும். கிறுகிறுக்கச் செய்யும் இந்தச் செலவுகளுக்கான தொகையை எங்கிருந்து பெறுகிறார்கள் நமது அரசியல் கட்சிகளும் 'மக்கள் சேவை'க்காகத் தேர்தலில் போட்டியிடும் வேட்பாளர்களும்? விடை தெரியாத அளவுக்கு யாரும் அப்பாவிகள் அல்ல என்றாலும் நண்பர் சொன்ன தகவல்களைச் சொல்கிறேன். ஒவ்வொரு வேட்பாளருக்கும் அந்தந்தத் தொகுதியிலுள்ள தொழிலதிபர்களும் நிலவுடைமையாளர்களும் வியாபாரிகளும் ஆயிரக்கணக்கில், சில தருணங்களில் லட்சக்கணக்கில் 'நன்கொடை' தருகிறார்கள்.

சுருக்கமான இந்தப் பதில் நம் அரசியல் அமைப்பின் ஏமாற்றுவித்தையைப் பட்டவர்த்தனமாக அம்பலப்படுத்துவ

தற்குப் போதுமானது. இந்த 'நன்கொடை'களுக்குக் கைமாறாகத் தான் பாலங்கள் மற்றும் சாலைகள் அமைப்பதற்கான டெண்டர் கள் வழங்கப்படுகின்றன; 'வளர்ச்சி'க்கான கொள்கைகள் வகுக்கப்படுகின்றன; ஆலைக் கழிவுகளால் நதிகளும் நீர் நிலைகளும் மாசுபடுத்தப்படும்போது மாசுக் கட்டுப்பாட்டு வாரியத்தைக் கைகட்டி உட்கார்ந்திருக்கச் செய்கின்றன. தொழிலாளர் விரோத, மக்கள் விரோதச் சட்டங்களை இயற்றுவ தற்கு இந்த நன்கொடைகள்தாம் விலை. ஒருமுறை எம்.எல்.ஏ. வாகவோ எம்.பியாகவோ இருந்துவிட்டால் போதும், தலை முறைக்கும் சொத்துச் சேர்ந்துவிடுகிறது. அம்மாவும் அய்யாவும் இந்தத் தொண்டர்களுக்கு வாழவைக்கும் தெய்வங்களாகக் காட்சியளிப்பதற்கு இதுதான் காரணம். மிக மிக நேர்மையாக இருக்க விரும்பும் வேட்பாளரும்கூடப் பதவிக்கு வந்த பின்னர் தான் முதலீடு செய்த தொகையைத் திரும்ப எடுப்பதற்காக 'ஏதாவது' செய்தாக வேண்டியிருப்பது தவிர்க்க முடியாதது என்ற உண்மைதான் இவை எல்லாவற்றையும்விடக் கசப்பானது.

○

அரசியலில் நேர்மையை நிலைநாட்டவும் பொது வாழ்வில் தூய்மையைக் கடைப்பிடிக்கவும் இதுவரை எவ்வளவோ யோசனைகள் சொல்லப்பட்டுவிட்டனதான். ஊழலின் ஊற்றுக் கண்ணாக விளங்கும் தேர்தல் நடைமுறைகளைச் சீர்திருத்தி விடுவதன் மூலம் அதைச் சாதித்துவிட முடியும் எனவும் ஒரு பரவலான நம்பிக்கைகூடப் புழக்கத்தில் இருக்கிறது. தேர்தல் செலவினங்களைக் கட்டுக்குள் கொண்டுவருவது என்ற நடைமுறைச் சாத்தியமற்ற ஆணையத்தின் திட்டம் அந்த நம்பிக்கையில் உதித்ததுதான்.

வேட்பாளர்களின் தேர்தல் செலவுகளை அரசே ஏற்பதன் மூலம் செலவுகளைக் கட்டுப்படுத்திவிட முடியும் என்பது ஒரு புராதன நம்பிக்கை. ஆனால் அத்தகைய யோசனை ஜனநாயக விரோதமான ஒன்று என்கிறார் ஆய்வாளர் ஆ.இரா. வேங்கடாசலபதி. ஆணையம் எந்தெந்தச் செலவுகளை ஏற்க முடியும்? அப்படியே ஏற்றாலும் அங்கீகரிக்கப்பட்ட அரசியல் கட்சிகளின் வேட்பாளர்கள்தாம் அதனால் பலன் பெறுவார்கள். இது அரசியலில் பல்வேறு சமூகப் பிரிவுகளும் பங்கேற்பதைத் தடை செய்துவிடும் என்கிறார் சலபதி. வேட்பு மனுவுக்கான கட்டணத்தை உயர்த்தியதுகூட அத்தகைய நடவடிக்கைதான், சாதாரண மனிதனுக்குத் தேர்தலில் பங்கேற்கும் உரிமை இதனால் மறுக்கப்படுகிறது என்கிறார் சலபதி.

'மக்கள் பிரதிநிதிகளுக்கான ஊதியம் மற்றும் படிகளை உயர்த்துவது மிக முக்கியம்' என்கிறார் ஒரு மூத்த பத்திரிகை யாளர். "ஒரு எம்.எல்.ஏ. அல்லது ஒரு எம்.பி. தனது தொகுதியில் சுற்றுப்பயணம் செய்வதற்கே நிறைய செலவிட வேண்டியிருக் கும். தனது தொகுதி மக்களின் கோரிக்கைகளை நிறைவேற்றுவ தற்காக அவர்கள் பலரையும் சந்திக்க வேண்டியுள்ளது. இதை யெல்லாம் அவர்கள் எப்படி ஈடுகட்டுவார்கள்? நேர்மையாகச் செயல்பட விரும்பும் ஒரு மக்கள் பிரதிநிதி இது போன்ற அவசியமான செலவுகளுக்கே கையேந்த வேண்டியிருக்கும் போது ஊழலை ஒழிப்பது என்பது பகல் கனவாகவே இருக்க முடியும். நாம் யதார்த்தத்தைப் புரிந்துகொள்ளவே இல்லை; நடைமுறை சார்ந்த உண்மைகளைக் கணக்கிலெடுத்துக்கொள் ளாத எந்த ஒரு அமைப்பும் தார்மீக நெறிகளைப் பற்றிய பாவனைகளையே கொண்டிருக்க முடியும்" என்று சொல்லும் அந்தப் பத்திரிகையாளர், "உள்ளாட்சித் தலைவர்களுக்கு எந்த ஊதியமும் தருவதில்லை. ஆனால் அவர்கள் நேர்மையாக இருக்க வேண்டும் என ஓயாமல் வலியுறுத்திக்கொண்டிருக்கி றோம். இது எப்படிச் சாத்தியமாகும்?" எனக் கேட்கிறார்.

ஆனால் நடைபெறவிருக்கும் இந்தத் தேர்தல், பாவனை களையே மூலதனமாகக் கொண்டிருப்பதாகத்தான் தோற்றமளிக் கிறது. அணி மாற்றங்களும் கட்சித் தாவல்களும் அவற்றுக்குப் பின்னால் உள்ள பேரங்களும் நமக்கு நல்ல செய்தியைக் கொண்டுவரக்கூடியவையல்ல. பண பலத்தாலும் அதிகார பலத்தாலும் இயக்கப்படும் தேர்தல் களத்தில், நம்ப முடியாத வாக்குறுதிகளும் மாய யதார்த்தவாதப் பிரகடனங்களும் நிரம்பிய தேர்தல் அறிக்கைகளைச் சுமந்து செல்லும் வாகனங் களின் நெரிசலுக்கு மத்தியில் அமைதியாகப் பயணம் செய்யும் தேர்தல் ஆணையத்தின் மிகப் பழைய அம்பாசிடர் கார்களை விடப் பதற்றம் தருபவை வேறு எவையாகவும் இருக்க முடியாது எனத் தோன்றுகிறது.

மே, 2006

தேர்தல் முடிவுகள்

அண்ணாயிசத்தின் வெற்றி

தமிழ்நாடு, கேரளம், அசாம், மேற்கு வங்கம் ஆகிய நான்கு மாநிலங்கள் மற்றும் புதுச்சேரி யூனியன் பிரதேசத்தின் சட்டமன்றங்களுக்கான தேர்தல் முடிவுகள் வெளியிடப்பட்ட 11.05.2006 அன்றைய காலை அவ்வளவு சுவாரஸ்யமானதாக இல்லை. சில தனியார் தொலைக் காட்சி நிறுவனங்களால் மேற்கொள்ளப்பட்ட வாக்குப் பதிவுக்குப் பிந்தைய கருத்துக் கணிப்புகளை வாக்கு எண்ணிக்கையின் முடிவுகள் கிட்டத்தட்டத் துல்லியமாகப் பிரதிபலித்தன. என்றாலும் இம்முடிவுகள் வேறு சில வகைகளில் முக்கியத்துவம் வாய்ந்தவை. புதிர்களும் மர்மங்களும் திடுக்கிடும் பல திருப்பங்களும் நிரம்பிய அரசியல் நாடகத்தின் பல காட்சிகள் ஒரு பின் நவீனத்துவக் கதையாடலின் சாயலைப் பெற்றிருக்கின்றன. கோட்பாட்டு ரீதியில் நமது அரசியல் வந்து சேர்ந்திருக்கும் இடத்தைக் கண்டறியும் முயற்சி கடும் போட்டி நிலவிய தேர்தலைவிடவும் சுவாரஸ்யமானது.

ஜனநாயக முற்போக்குக் கூட்டணியின் உறுப்புக் கட்சிகளான இடதுசாரிகளும் திமு கழகமும் காங்கிரசும் தத்தமக்குச் செல்வாக்குள்ள மாநிலங்களில் அரியணைகளைக் கைப்பற்றியிருப்பதால் இவ்வெற்றிகள் மத்தியில் காங்கிரஸ் தலைமையிலான கூட்டணிக்கு வலுவூட்டியிருப்பதாகக் கருத வாய்ப்பிருக்கிறது. தேர்தல் முடிவுகள் பற்றிக் கருத்துத் தெரிவித்த பிரதமர் மன்மோகன் சிங் இதை வெளிப்படையாகச் சொன்னார். ஆனால் இந்தத் தேர்தல் முடிவுகள் அரசின் பொருளாதாரச் சீர்திருத்தங்களுக்கு இணக்கமானவையா? இல்லையா? என்பதைக்

குறித்துப் பிரதமரால் வெளிப்படையாகக் கருத்துத் தெரிவிக்க முடியாது.

தேர்தல் முடிவுகள் வெளியிடப்பட்ட பிறகு மேற்கு வங்க முதல்வர் புத்ததேவ் பட்டாச்சார்யா சி.என்.என். – ஐ.பி.என். தொலைக்காட்சிக்கு அளித்த பேட்டியைப் பார்த்தவர்கள் ஓரிடத்தில் புத்ததேவின் நாக்கு 'பிறழ்ந்து' போனதைக் கவனித் திருப்பார்கள். பேட்டியாளரின் ஒவ்வொரு கேள்விக்கும் தேர்ந்த மார்க்சிஸ்ட்டுகளுக்கே உரித்தான பாணியில் பதிலளித் துக்கொண்டுவந்த புத்ததேவுக்கு அந்த முக்கியமான கேள்விக் கான பதிலைச் சொல்லும்போது மட்டும் ஏன் நாக்குப் பிறழ்ந்து போக வேண்டும்? செய்தியாளர் மணிரத்னத்தின் 'நாயகன்' திரைப்படத்தின் கிளைமாக்சை மிகவும் ரசித்துப் பார்த்திருப்பார் போலிருக்கிறது. சிறை வாயிலில் நாயகன் கமலிடம் ஒரு சிறுவன் கேட்ட அதே பாணியில்தான் அவரும் புத்த தேவிடம் கேட்டார் : "நீங்கள் ஒரு கம்யூனிஸ்டா, கேப்பிடலிஸ்டா?"

இந்தக் கேள்விக்குப் பதிலளிக்கும்போதுதான் மேற்கு வங்க முதல்வருக்கு நாக்குப் பிறழ்ந்துபோனது. "நான் ஒரு கேப்பிட லிஸ்ட்" எனச் சொன்னவர் சட்டென்று நாக்கைக் கடித்துக்கொண்டார். வாய் தவறிப் பேசிவிட்டதற்காக வருத்தம் தெரிவித்தவர் பிறகு தான் ஒரு கம்யூனிஸ்ட் என்று சற்று மிகையான அழுத்தத்துடன் சொன்னார். இந்த 'க்ளிப்பிங்'கை 'ட்ரெய்ல'ராகப் பயன்படுத்திக்கொண்ட அந்த சேனல் காம்ரேடு களின் கோட்பாட்டிற்கும் அவர்களது நடைமுறைக்கும் இடையே உள்ள முரண்பாட்டை அம்பலப்படுத்தும் விதத்தில் அரைமணி நேரத்திற்கு ஒருமுறை ஒளிபரப்பிச் சந்தோஷப் பட்டுக்கொண்டது தனிக் கதை.

○

'நாக்குப் பிறழ்வு'க்குள்ளானது பட்டாச்சார்யா மட்டுமல்ல. தமிழகத் தேர்தல் களத்தில் நிகழ்ந்தவற்றைப் பாருங்கள். நமது அரசியல் கட்சிகளின் முகங்கள் எப்படியெல்லாம் மாறின என்பதைக் கவனியுங்கள். பிரச்சார மேடைகளில் நம் தலைவர் களின் பாவனைகளில் தென்பட்ட நவரசங்களையும் நினைவு கூர முயலுங்கள். பின்நவீனத்துவப் 'பண்புக் கூறு'கள் சில வற்றையாவது இவற்றுடன் ஒப்பிட்டுப் பாருங்கள்.

இலவசங்களுக்குப் பெயர் போன அதிமுகவின் தேர்தல் அறிக்கை வளர்ச்சித் திட்டங்களின் பக்கம் கவனத்தைத் திருப்பியதைக் கண்டு யாரும் பதற்றமடையத் தேவையில்லை. உலகமயமாக்கல் யுகத்தில் இரண்டுமுறை முதல்வராக இருந்த ஜெயலலிதாவுக்கு 'யதார்த்த நிலை'யைப் பற்றிப் போதிய

அளவுக்குப் புரிதல் இருந்திருக்கிறது என்பதுதான் இதற்குப் பொருள். ஐந்தாண்டு காலத்தில் தனது அரசு மேற்கொண்ட பல்வேறு சீர்திருத்த நடவடிக்கைகளைப் பற்றித் தனது கட்சியின் தேர்தல் அறிக்கையில் குறிப்பிட்டு வாக்குக் கேட்டதை அசட்டுத் தைரியம் என்றுதான் சொல்ல வேண்டும்.

தனது அரசின் 'சாதனை'களின் மீது ஜெயலலிதா வைத்திருக்கும் நம்பிக்கையைக் கேலிசெய்யும் அருகதை யாருக்குமே இருக்க முடியாது என்றுகூட அவர் நம்பியிருக்கலாம். உண்மையில் மன்மோகனும் ப. சிதம்பரமும் ஜெயலலிதாவைக் கொண்டாடியிருக்க வேண்டும். அவர்கள் வலியுறுத்திய 'சீர்திருத்த' நடவடிக்கைகளுக்கு ஜெயலலிதாவைப்போல் உறுதுணையாய் நின்ற முதலமைச்சர் என்று வேறு யாரையாவது சுட்டிக்காட்ட முடியுமா? சாதாரண மக்களுக்குப் பயனளிக்கும் பல்வேறு நலத் திட்டங்களுக்கான மானியங்களைக் குறைத்ததில், அரசு மற்றும் பொதுத் துறை நிறுவனங்களில் பணிபுரியும் ஊழியர்களின் ஊதியம் உள்ளிட்ட பல சலுகைகளைப் பறித்ததில், பறிக்கப்பட்ட சலுகைகளைத் திரும்ப வழங்கக் கோரிப் போராடிய அரசு ஊழியர்களைச் சாத்தியப்பட்ட எல்லா வழிகளிலும் ஒடுக்கி அவர்களுக்கு எஞ்சியிருந்த ஒரேயொரு உரிமையான போராடும் உரிமையைப் பறித்ததில், பல்வேறு அரசுத் துறைகளிலும் ஆட்குறைப்பு நடவடிக்கைகளை மேற்கொண்டதில், தொழிலாளர்களின் போராட்ட உரிமைகளை நசுக்குவதற்கான சட்டங்களைக் கடுமையாக்கியதில் அவர் காட்டிய தீவிரத்தைக் கவனித்தவர்கள் அவரைச் சீர்திருத்தங்களின் தாயாக அல்லவா கொண்டாடியிருக்க வேண்டும்?

கொண்டாடாததற்குக் காரணம் அரசியல். ஓட்டு வங்கிக்கு முன்னால் தத்துவங்கள் எடுபடாது என்பது மன்மோகனுக்கும் ப. சிதம்பரத்துக்கும் நன்றாகவே தெரியும். கார்ப்பொரேட் நிறுவனங்கள் நடத்தும் ஆய்வுக் கூட்டங்களில், வளர்ச்சி விகிதத்தை அதிகரிக்கவும் பணவீக்க விகிதத்தைக் குறைக்கவும் அரசு மேற்கொண்டுள்ள உறுதியான நடவடிக்கைகளைப் பற்றித் தணிந்த குரலில் புள்ளிவிவரங்களுடன் பேசும் பிரதமருக்கும் நிதியமைச்சருக்கும் ஓட்டு வங்கிகளைக் கவர அந்தப் பேச்சுக்கள் உதவாது என்பதுங்கூட நன்றாகத் தெரியும். இடதுசாரிகள் மற்றும் சிறுபான்மையினரின் ஆதரவைப் பெற்றுள்ள காங்கிரசின் பிரதமர் அவர். சிறுபான்மையினர், பிற்பட்டோர், தலித்துகள், விவசாயிகள் மற்றும் ஏழை மக்களுக்காக அவர் ஏதாவது செய்தாக வேண்டும். தனது மாமியார் இந்திரா காந்தியை நினைவூட்டும் ஒப்பனைகளுடன் வறுமைக்கும்

மதவாதத்திற்கும் எதிராகப் போராட முன்வருமாறு ஓயாமல் மக்களை அறைகூவி அழைக்கும் காங்கிரஸ் தலைவர் சோனியா வின் உணர்ச்சிகரமான அரசியல் முழக்கங்களுக்கு மதிப்பளித் தாக வேண்டிய கட்டாயம் அறிவுஜீவிகளான நம் பிரதமருக்கும் நிதியமைச்சருக்கும் உண்டு.

தீவுத் திடலில் கருணாநிதியோடு கைகோத்து நின்று உதய சூரியனுக்கும் கைச் சின்னத்திற்கும் வாக்களிக்குமாறு கோரும்போது பிரதமரின் சீர்திருத்த முகம் மாறிவிடுகிறது. இரண்டு ரூபாய்க்கு ஒரு கிலோ அரிசி, இலவச வண்ணத் தொலைக்காட்சிப் பெட்டி, விவசாயக் கடன்கள் முற்றாகத் தள்ளுபடி, ஏழைகளுக்கு இரண்டு ஏக்கர் இலவச நிலம் என்று திமுகவின் தேர்தல் அறிக்கையில் காணப்படும் எண்ணில டங்கா இலவசத் திட்டங்களை நிறைவேற்றுவதில் உள்ள சிக்கல்கள் பற்றி அவரால் எதுவுமே பேச முடியவில்லை. உலக வங்கி போன்ற அமைப்புகளின் செல்லப் பிள்ளையான பஞ்சாபைச் சேர்ந்த இந்தச் சீர்திருத்தச் சிங்கம் அந்த மேடை களில் வாயை மூடிக்கொண்டுதான் உட்கார்ந்திருக்க வேண்டி யிருக்கிறது. சென்னை தீவுத் திடலில் தன்து அமைச்சரவை சகாக்கள் புடைசூழ அமர்ந்திருந்த பிரதமரைத் தனது இலவசத் திட்டங்களை நிறைவேற்றுவதற்கான உத்தரவாதத்தை அளிக்குமாறு கேட்ட கருணாநிதியின் கோரிக்கையை ஏற்றுத் தப்பித் தவறி ஏதாவது பேசியிருந்தால் அதை 'நாக்குப் பிறழ்வு' என்று சொல்லி மறந்துவிடுவதற்கு அவரேதான் முயன்றிருக்கவும் வேண்டும்.

○

திமு கழகத்தின் தேர்தல் அறிக்கையைப்போல இந்தத் தேர்தலில் முக்கியத்துவம் பெற்றது வேறு எதுவும் இல்லை எனச் சொல்லலாம். சிதம்பரத்தின் வார்த்தைகளில் சொல்வ தானால், “திமுக தேர்தல் அறிக்கைதான் இந்தத் தேர்தலின் ஹீரோ.” 'சீர்திருத்த' நடவடிக்கைகளோடு திகட்டத் திகட்ட இலவசத் திட்டங்களையும் நிறைவேற்றிக் காட்டிச் சாமானிய மக்களை வளைத்துவிட்டதாகக் கற்பனைசெய்துகொண்டிருந்த ஜெயலலிதாவின் வாயில் மண்ணைப் போட்ட அந்தத் தேர்தல் அறிக்கையைக் கண்டு கூட்டணிக் கட்சிகளேகூட வெலவெலத் துப்போயின. காங்கிரஸ் கட்சிக்கு என்ன சொல்வதென்றே தெரியவில்லை. பொருளாதார நிபுணர்கள் மண்டையைப் பிய்த்துக்கொண்டார்கள்.

இந்தச் 'சீர்திருத்த யுகத்'தில் இத்தனை இலவசத் திட்டங் களுக்கான நிதியாதாரத்தை எப்படித் திரட்ட முடியும்? பல

வருடங்களாகத் தான் வலியுறுத்திவந்த வளர்ச்சிப் பணிகளை மேற்கொள்வதையும் தொலைநோக்குத் திட்டங்களை நிறை வேற்றுவதையும் கருணாநிதி கைவிட்டுவிட்டாரா என்பன போன்ற கேள்விகளைக் கேட்க யாருக்கும் தோன்றவில்லை. 1996 முதல் 2001 வரை நடந்த திமுக ஆட்சியில் பொருளாதாரச் சீர்திருத்தங்கள் ஜாம்ஜாமென்று நடந்ததையும் அதற்காக உலக வங்கியிடமிருந்து 'ஷொட்டு' வாங்கியதையும் யாரும் நினைவுபடுத்தவில்லை.

நிறைவேற்ற முடியாத வாக்குறுதிகளை அளித்து மக்களை ஏமாற்ற முயல்வதாகக் கருணாநிதியைக் குற்றம்சாட்டிய ஜெயலலிதா, தேர்தல் களத்தில் அந்த வாக்குறுதிகள் எடுபடு வதைப் பார்த்துத் தானும் பல இலவசத் திட்டங்களை வாக்குறுதி களாக அளித்துச் சமாளிக்க முயன்றார். கருணாநிதியின் தேர்தல் அறிக்கையைக் காப்பியடிக்கிறார் என்று எதிர்க்கட்சிகள் கிண்டல் செய்ததுதான் கண்ட பலன்.

ஆனால் கருணாநிதிக்கு நாக்குப் பிறழ்வு ஏற்படவே இல்லை. மைய அமைச்சர்கள் தயாநிதி மாறனும் டி.ஆர். பாலுவும் திமுகவினரால் 'வருங்கால முதல்வர்' எனக் கருதப்படுபவரான மு.க. ஸ்டாலினும் திமுக தனது வாக்குறுதிகளை நிச்சயமாக நிறைவேற்றும் என உறுதியளிக்கவே திமுக தேர்தல் கூட்டங் களுக்குக் கூட்டம் அலைமோதியது. நிறைவேற்ற முடியுமா? முடியாதா? என்னும் வாதப் பிரதிவாதங்கள் மும்முரமாக நடைபெற்றுக்கொண்டிருந்த ஒரு தருணத்தில் நமது பெருமைக் குரிய நிதியமைச்சரும் 'சீர்திருத்த நடவடிக்கை'களைத் தீவிரமாக அமல்படுத்துவதில் பிரதமருக்கு வலதுகரமாகச் செயல்படுபவருமான ப. சிதம்பரம் களத்தில் இறங்கியவுடன் நிலைமை மாறியது.

கார்ப்பொரேட் கூட்டங்களில் பேசும் அதே தொனியில் அதே வகைப்பட்ட புள்ளிவிவரங்களுடன் திமுகவின் தேர்தல் அறிக்கையில் சொல்லப்பட்டிருக்கும் இலவசத் திட்டங்கள் அனைத்தையும் நிறைவேற்ற முடியும் என இந்தியக் குடியரசின் நிதியமைச்சரே உத்தரவாதம் கொடுத்தபோது நிலைமை தனது கையை மீறிப் போய்விட்டதை ஜெயலலிதா உணர்ந்திருக்கக் கூடும். அவருக்கு நாக்குப் புரளவில்லை. சமாளித்துக்கொண்டு மிகப் பலவீனமான குரலில் மாணவர்களுக்கு இலவசக் கம்ப்யூட்டர் வழங்கும் திட்டத்தை வாக்குறுதியாக முன்வைத்துப் பேச முயன்றபோது தேர்தல் பிரச்சாரம் கிட்டத்தட்ட முடிவுக்கு வந்திருந்தது. அவருக்கு ஆதரவாகப் பேச அதிமுகவில் பொருளா தார வல்லுநர்கள் யாருமில்லை. யாருககும் அதைச் செயல் படுத்துவது சாத்தியம்தான் என நம்பவும் தோன்றவில்லை.

அது அம்மாவுக்கு நேர்ந்த நாக்குப் பிறழ்வின் விளைவு எனக் கருதி மறந்துவிட்டார்கள்போலும்.

○

தேர்தல் முடிவுகளைத் தீர்மானித்ததில் திமுகவின் தேர்தல் அறிக்கைக்குத்தான் முக்கியப் பங்கு. கடைசியில் 'மக்கள்'தான் வெற்றிபெற்றிருக்கிறார்கள். கருணாநிதியின் இலவசங்களைக் கூட அமைப்பிலிருந்து தங்களுக்கு நியாயமாகக் கிடைக்க வேண்டிய பங்கு என்றே மக்கள் புரிந்துகொண்டிருக்கக்கூடும். நிலமற்ற ஏழைகளுக்கு இரண்டு ஏக்கர் நிலம் என்னும் திமுக வின் வாக்குறுதி கம்யூனிஸ்ட்டுகளின் நெடுங்காலத்திய கோரிக் கைகளில் ஒன்றுதான். 'தனது தேர்தல் அறிக்கை, கம்யூனிஸ்ட்டு களின் தேர்தல் அறிக்கையை ஒத்திருப்பதாக' திமுக தலைவர் பெருமையடித்துக்கொண்டதை யாராவது கவனித்தார்களா எனத் தெரியவில்லை. ஒரு வகையில் ஜனநாயகம் வெற்றி பெற்றிருக்கிறதுதான். பங்குச் சந்தையின் வரலாறு காணாத வளர்ச்சியை அடித்தட்டு வாக்காளர் பொருட்படுத்த வேண்டு மானால் அது அவருக்கு நேரடியாகப் பயனளிக்க வேண்டும் என்பதை இத்தேர்தல் உணர்த்தியிருக்கிறது.

கூட்டணிக் கட்சிகளின் ஆதரவுடன் ஆட்சிப் பொறுப்பை ஏற்றிருக்கும் திமுக தனது வாக்குறுதிகளை நிறைவேற்றுவதற்கு மிகவும் சிரமப்பட வேண்டியிருக்கலாம். கடந்த பத்தாண்டுக ளாக நடைபெற்றுவரும் நிதிச் சீர்திருத்தங்களை மென்மையான முறையில் தொடர்ந்து மேற்கொள்ள வேண்டிய நிர்ப்பந்தத்தை இப்போது தவிர்க்க முடியும் எனத் தோன்றவில்லை. அதேபோல் முந்தைய அரசு நடைமுறைப்படுத்திக்கொண்டிருந்த நலத் திட்டங்களுக்கு முட்டுக்கட்டை போடுவதும் அரசியல்ரீதியில் சரியான முடிவாக இருக்க முடியாது என்பதால் கருணாநிதிக்கு உண்மையிலேயே இது முள் கிரீடம்தான். மாநிலத்தின் பொரு ளாதார நிலை கருணாநிதிக்குப் பெரும் சவாலாக இருக்கும்.

நம்ப முடியாத வாக்குறுதிகளை முன்வைத்துத் தேர்தலில் வெற்றிபெற்றிருக்கும் இடதுசாரிகளும் திமுக அரசும் சாதாரண மனிதர்களின் நலனில் அக்கறை செலுத்தக் கடமைப்பட்டிருக் கிறார்கள். தொழிலாளர்கள் மற்றும் விவசாயிகளின் உரிமை களை அவர்களால் விட்டுக்கொடுக்க முடியாமல் போகலாம். பன்னாட்டு நிறுவனங்களின் பொருளாதார நோக்கங்களுக்கு எதிரான இந்தப் போக்கை மன்மோகன் சிங் அரசு எப்படிச் சகித்துக்கொள்ளப்போகிறது என்பதையும் கவனத்தில் எடுத்துக் கொள்ள வேண்டும். சமூகத்தின் அடித்தட்டு மக்களின் மீது அக்கறையுடையதாகப் பாவனை செய்யும் சோனியா

வின் காங்கிரசையும் சீர்திருத்தங்களில் அக்கறைகொண்டிருக்கும் தனது அரசையும் எப்படிச் சமன் செய்யப்போகிறார் மன்மோகன் சிங்?

புத்ததேவ் பட்டாச்சார்யாவுக்குத் தனது மாநிலத்தின் பொருளாதார நலன்களைப் பாதுகாக்கப் பன்னாட்டு நிறுவனங்களின் ஒத்துழைப்பு இன்றியமையாததாய் ஆகியிருப்பதைப் பார்க்கும்போது கம்யூனிஸ்ட்டுகள் தங்கள் பழமைவாதக் கூண்டுகளிலிருந்து வெளியே வந்துகொண்டிருக்கிறார்களோ என்று தோன்றுகிறது. ஆக, முதலாளித்துவத்திற்கும் சோஷலிசத்துக்கும் இணக்கத்தை ஏற்படுத்துவதே ஜனநாயக முற்போக்குக் கூட்டணியின் எல்லா உறுப்புக் கட்சிகளுக்கும் உடனடிச் செயல் திட்டமாக இருக்கும்போலிருக்கிறது. ஒரு வகையில் இது எம்.ஜி.ஆரின் 'அண்ணாயிசம்'தான். அதிமுக வைத் தொடங்கியபோது அவருடைய கட்சியின் கொள்கை என்ன என்று கேட்டதற்கு எம்.ஜி.ஆர். சொன்ன பதில்தான் 'அண்ணாயிசம்'. அது சரி, அண்ணாயிசம் என்றால் என்ன? அதற்கு எம்.ஜி.ஆர். தந்த விளக்கம் இதுதான் : கேப்பிடலிசம், கம்யூனிசம், சோஷலிசம் மூன்றும் சேர்ந்ததுதான் அண்ணாயிசம்.

இந்தப் பதிலைக் கேட்ட அந்தக் காலத்து 'அறிவுஜீவிகள்' அதிர்ந்துபோனார்கள். முக்காலத்தையும் உணர்ந்த 'சோ' துக்ளக்கில் மட்டுமல்லாமல் தான் நடித்த திரைப்படங்களிலும் கூட அந்தத் 'தத்துவ'த்தைக் கிண்டல் செய்துகொண்டிருந்தார்.

கடைசியில் வரலாறு எம்.ஜி.ஆரை ஒரு 'தீர்க்கதரிசி'யாக்கியிருக்கிறது. ஜெயலலிதாவைத் தவிர்த்து மன்மோகன் சிங் தொடங்கி சோனியா, ப. சிதம்பரம், தயாநிதி மாறன், கருணாநிதி, புத்ததேவ் பட்டாச்சார்யாவரை எல்லோருமே எம்.ஜி.ஆரின் வழியில் 'பீடு நடை' போடத் தொடங்கியிருக்கிறார்கள்.

'வென்றால் அண்ணா வழி தோற்றால் பெரியார் வழி' என்பது கருணாநிதியின் பிரபலமான வாக்கியம். இப்போது எம்.ஜி.ஆர். வழியே சரியென்று அவர் முடிவு செய்துவிட்டார் போலும். சத்துணவுத் திட்டத்தை எம்.ஜி.ஆர். கொண்டுவந்த போது அதைக் கடுமையாக விமர்சித்த கருணாநிதி இன்று தனக்கு அரசியல் நெருக்கடி ஏற்படும்போது அதே எம்.ஜி.ஆரின் அண்ணாயிசத்தை 'உய்வதற்கான வழி'யாகக் கண்டடைய நேர்ந்திருப்பதைத்தான் அரசியல் பின் நவீனத்துவம் பிரதிநிதித்துவப்படுத்தும் 'அபத்தக் கூறு'களுக்கு மிகப் பொருத்தமான சான்றாகச் சொல்ல வேண்டும்.

ஜூன், 2006

ஒரு 'பயங்கர'மான கற்பனை

*2004*இல் குறைந்தபட்சச் செயல் திட்டம் ஒன்றின் அடிப்படையில் இடதுசாரிகளின் ஆதரவுடன் ஆட்சிப் பொறுப்பை ஏற்ற மன்மோகன் சிங் தலைமையிலான ஐக்கிய முற்போக்குக் கூட்டணி அரசு, அமெரிக்காவுடனான சிவில் அணுசக்தி ஒப்பந்தத்தின் விளைவாக நெருக்கடிக்குள்ளாகியிருக்கிறது. அமெரிக்காவுடனான இந்த ஒப்பந்தம் நாட்டின் இறையாண்மைக்கும் பாதுகாப்புக்கும் பெரிய அச்சுறுத்தலாக உருவெடுக்கும் வாய்ப்புகள் உள்ளதாகக் கருதும் இடதுசாரிக் கட்சிகள் அந்த ஒப்பந்தத்தை முற்றாகக் கைவிட வேண்டுமென அரசை வற்புறுத்துகின்றன. தம் கோரிக்கைக்குச் செவி சாய்க்காவிட்டால் அரசு 'கடும் விளைவு'களைச் சந்திக்க நேரிடும் என எச்சரித்திருக்கின்றன இடதுசாரிக் கட்சிகள். அவற்றின் ஆதரவு இல்லாமல் ஆட்சிப் பொறுப்பில் நீடித்திருக்க முடியாது என்பதைக் காங்கிரசுக்கும் மன்மோகனுக்கும் யாரும் உணர்த்த வேண்டியதில்லை.

ஆகஸ்டில் ஒப்பந்த விவரங்கள் வெளியிடப்பட்டவுடன் கொதித்துப்போன இடதுசாரிக் கட்சிகள் அரசுக்குத் தாம் அளித்துவரும் ஆதரவை விலக்கிக்கொள்ளப் போவதாக மறைமுகமாக எச்சரித்தன. எளிதில் உணர்ச்சி வசப்படாதவர் எனப் பெயர் பெற்றிருந்த பிரதமர் ஆதரவைத் திரும்பப் பெற்றுக்கொள்வதாக இருந்தால் 'அப்படியே செய்யட்டும்' எனப் பதிலடி கொடுக்கவும் ஆடிப்போய்விட்டது இடதுசாரி முகாம். அரசின் கடிவாளம் தம் கையில் இருப்பதாக அவர்கள் கொண்டிருந்த நம்பிக்கை இதன் மூலம் ஆட்டம் கண்டுவிட்டது. ஒப்பந்தம் தொடர்பாக நாடாளுமன்றத்தில் இந்திய

அரசு அளித்த தகவல்கள் பொய்யானவை என்பதை புஷ் நிர்வாகம் தெளிவுபடுத்திவிட்ட பின்னரும் நம்பமுடியாத அளவுக்குப் பொறுமை காக்கின்றன இடதுசாரிக் கட்சிகள்.

இடதுசாரிகள் மற்றும் அரசுத் தரப்பு இணைந்த ஒரு கூட்டுக்குழு இடதுசாரிகள் எழுப்பிய சந்தேகங்களைக் குறித்து ஆய்வு செய்யும் என அறிவித்துவிட்டு, ஒப்பந்தத்தை நடைமுறைப்படுத்துவதற்கான அமெரிக்கக் காங்கிரஸின் ஒப்புதலுக்காகக் காத்திருக்கிறது அரசு. தவிர அணு சக்தியை சப்ளை செய்யும் 45 நாடுகள் அடங்கிய குழுவுடன் பேச்சுவார்த்தை நடத்த வேண்டியிருக்கிறது. அணு ஆயுதப் பரவல் தடை ஒப்பந்தத்தில் கையெழுத்திடாத இந்தியாவுக்கு அணுசக்தியை வழங்க அந்த நாடுகளின் ஒப்புதல் அவசியம். அதற்குள் இடதுசாரிகளைச் சமாதானப்படுத்திவிட முயல்கிறது அரசுத் தரப்பு.

இந்தியாவின் அரசியல் அரங்கில் நடைபெற்றுவரும் விவாதங்களைக் கூர்மையாகக் கவனித்துக்கொண்டிருக்கிறது புஷ் நிர்வாகம். டிசம்பரில் அமெரிக்கச் செனட்டின் ஒப்புதலைப் பெற்ற பின்னர் இத்திட்டம் முழு வீச்சில் செயல்படத் தொடங்கும். அணுசக்தி ஒப்பந்த விவகாரத்தில் யாருடைய நிர்ப்பந்தத்திற்கும் பணியப்போவதில்லை என அறிவித்திருப்பதிலிருந்து காங்கிரஸ் கட்சி, ஒப்பந்தத்தை நிறைவேற்றுவதில்தான் கொண்டிருக்கும் பிடிவாதத்தை வெளிப்படுத்தியுள்ளது. இப்போது பந்து இடதுசாரிகள் பக்கம் தள்ளப்பட்டுள்ளது. மன்மோகன் சிங் தலைமையிலான கூட்டணி அரசுக்கான ஆதரவை அவர்கள் விலக்கிக்கொள்வதானால் ‘அப்படியே செய்யலாம்’. இதனால் ஒன்றும் குடி முழுகிப்போய்விடாது என்பதுதான் இடதுசாரிகளுக்கான காங்கிரஸின் செய்தி.

இதைத் துணிச்சல் எனச் சொல்வதா? அசட்டுத்தனம் எனச் சொல்வதா?

சிறிதும் பதற்றமில்லாமல் உலா வரும் மன்மோகனை நினைத்தால் முதுகுத்தண்டு சில்லிட்டுப் போய்விடுகிறது. மன்மோகன் அனைத்தையும் கடந்து நிற்கிறாரா என்ன? அவரது உரைகளில் சவால்கள் இல்லை, உடல் அசைவுகளில் வழக்கத்துக்கு மாறானது என எதுவுமே தென்படவில்லை, தவறிப்போயுங்கூட அவர் தனது கைகளைத் தோளுக்கு மேல் உயர்த்துவதில்லை. மெல்லிய திரைபோலப் படர்ந்திருக்கும் தாடிக்குப் பின்னால் ஒளிந்துகொண்டிருக்கும் அமைதி தவழும் அந்த முகத்துக்குள் எப்போதும்போல் மர்மமானதொரு

புன்னகை தவழ்ந்துகொண்டுதான் இருக்கிறது. இந்திய அதிகார வர்க்கத்திற்கே உரிய மிடுக்கோடும் கம்பீரத்தோடும் தென்படும் மன்மோகனை 1990இல் மண்டல் – மந்திர் விவகாரத்தால் பாஜகவின் ஆதரவை இழந்து ஆட்சியைப் பறிகொடுக்கும் தருவாயிலிருந்த விஸ்வநாத் பிரதாப் சிங்கோடு ஒப்பிட்டுப் பாருங்கள். நாடாளுமன்றத்தில் அரசின் மீதான நம்பிக்கைக் கோரும் தீர்மானத்தைக் கொண்டுவந்து ஏழு மணிநேரம் அவர் ஆற்றிய 'வரலாற்றுச் சிறப்பு மிக்க' உரையில் தென்பட்ட ஆவேசம், கோபம், துக்கம், அறைகூவல், எச்சரிக்கை போன்ற எண்ணிலடங்காத உணர்வுகளில் ஒன்றாவது மன்மோகன் சிங்கிடமிருந்து வெளிப்பட்டிருக்கிறதா என்பதையும் யோசியுங்கள்.

அவ்வளவு பின்னோக்கிப் போக வேண்டாம், மன்மோகனை, நிகழ்காலத்தில் அரசை 'ஆட்டி வைக்கும்' சி.பி.எம்.மின் பிரகாஷ் காரத்தோடு ஒப்பிட்டுப் பார்ப்பதேகூடப் போது மானதுதான். ஒப்பந்தம் பற்றிய அரசின் அறிவிப்பு வெளியானதி லிருந்து ஒரு கணமாவது கண் மூடித் தூங்கியிருப்பாரா அவர்? இந்த விவகாரத்தில் இடதுசாரிகளின் நிலையை விளக்குவதற்கான செய்தியாளர் சந்திப்புகள், தன் கட்சியின ருடனும் காங்கிரசுடனுமான ஆலோசனைக் கூட்டங்கள், சமரசப் பேச்சுவார்த்தைகளுக்கான விருந்துகள், பொதுக் கூட்டங்கள், பேரணிகள் என எப்படி அலைகிறார் பாருங்கள். தவிர ஏராளமான அறிக்கைகளுங்கூட அவர் பெயரால் வெளியிடப்பட்டு வருகின்றன. காரத்தும் இடதுசாரித் தலைவர்களும் கொள்ளும் பதற்றத்தைப் பார்த்தால் ஆட்சியை இழக்கப்போவது குறித்த பயம் இடது சாரிகளுக்குத்தான் அதிகமாக இருக்கும்போல் தோன்றுகிறது.

பதற்றமும் கோபமும் மட்டுமல்லாமல் விவேகமும் கூடியிருக்கிறது இடதுசாரிகளுக்கு. ஆதரவை விலக்கிக்கொள்வ தானால் அப்படியே செய்யட்டும் எனப் பிரதமர் ஒளிவு மறைவே இல்லாமல் சொல்லிவிட்ட போதிலுங்கூட அவர்கள் பொறுமை காக்கிறார்கள். ஏதாவது ஓர் உடன்பாடு காண ஓயாமல் முயல்கிறார்கள். ஒப்பந்தத்தைக் கைவிடாவிட்டால் கூடப் பரவாயில்லை, எங்கள் சந்தேகங்களைப் போக்குங்கள் என ஆளும் தரப்பை வற்புறுத்தி ஓர் ஆலோசனைக் குழுவை அமைப்பதில் அவர்கள் வெற்றி பெற்றிருக்கிறார்கள். இந்த ஆலோசனைக் குழு சட்டரீதியில் எத்தகைய அதிகாரங்களைக் கொண்டுள்ளது என்பது பற்றியோ அதில் எடுக்கப்படும் முடிவுகள் ஒப்பந்தத்தை எந்த அளவு கட்டுப்படுத்தப்போகிறது

என்பது பற்றியோ அவர்கள் கவலைப்பட்டதாகத் தெரியவில்லை. இடதுசாரிகளை உள்ளடக்கிய அந்த ஆலோசனைக் குழு தனது முடிவுகளை அறிவிக்கும்வரை ஒப்பந்தத்தை நடைமுறைப்படுத்துவதற்கான அடுத்தகட்ட நடைமுறைகளை அரசு மேற்கொள்ளக் கூடாது என்னும் நிபந்தனையை அரசு பொருட்படுத்தாததைப் பற்றிக்கூட அவர்களுக்குக் கவலை இல்லை. இப்படியொரு ஆலோசனைக் குழுவை அமைத்ததையே தம் வெற்றியாகக் கொண்டாடுகிறார்கள். ஊடகங்களுங்கூட அப்படித்தான் சித்தரிக்கின்றன. ஆனால், நாட்டின் அரசியல் மற்றும் பொருளாதார அடிப்படைகளைத் தீர்மானிக்கப் போகும் முக்கியத்துவம் வாய்ந்த ஓர் ஒப்பந்தத்தை நடைமுறைப்படுத்த நாடாளுமன்றத்தின் ஒப்புதலைக் கோர வேண்டும் என்னும் ஒரு கோரிக்கையை வலியுறுத்துவதற்குக் கூட அரசை ஆட்டி வைக்கும் 'சக்தி வாய்ந்த' இடதுசாரிகளுக்கு ஏன் தோன்றவில்லை எனத் தெரியவில்லை.

ஒப்பந்தத்தை நடைமுறைப்படுத்துவதில் தீவிர அக்கறை காட்டும் புஷ் நிர்வாகம் இந்த விவகாரத்தில் அமெரிக்கச் சட்டங்களில் கூறப்பட்டுள்ள நிபந்தனைகளைக் கவனமாகப் பின்பற்றியிருப்பதாக அறிவித்திருக்கிறது. ஒப்பந்தம் இந்தியாவின் இறையாண்மைக்கு எந்த விதத்திலும் ஊறு விளைவிக்கப் போவதில்லை என்னும் இந்திய ஆளும் வர்க்கத்தின் பொய்களைத் தெற்கு மற்றும் மத்திய ஆசிய விவகாரங்களுக்கான அமெரிக்க அமைச்சரவைச் செயலர் ரிச்சர்டு பவுச்சரும் இந்தியாவுக்கான அமெரிக்கத் தூதர் டேவிட் சி. மல்பிரட்டும் மறுத்திருக்கிறார்கள். ஈரானுடனான தன் ராணுவ உறவுகளைப் பற்றி விளக்குமாறு இந்தியாவைக் 'கோரியிருக்கிறது' புஷ் நிர்வாகம். மேற்குலகின் 'ஒத்துழைப்பு' இல்லாமல் சுயேச்சையான அணுசக்தித் திட்டங்களைக் கொண்டுள்ள ஈரானை மிரட்டிப் பணியவைப்பதற்குப் பொருளாதாரத் தடை உள்ளிட்டப் பல்வேறு நடவடிக்கைகளை மேற்கொள்ள ஐ.நா.வைத் தூண்டி வரும் அமெரிக்கா இப்பொழுது அந் நாட்டின் மீது ராணுவ நடவடிக்கை எடுப்பதற்கான தயாரிப்புகளில் இறங்கியுள்ளது. ஈராக்கில் நிறுவப்பட்டது போன்ற ஒரு பொம்மை அரசை ஈரானில் நிறுவுவதற்கான 'தொலை நோக்கு'த் திட்டத்துடன் செயல்படுகிறது அமெரிக்கா. எண்ணெய் வள நாடுகளை ஒவ்வொன்றாகக் கபளீகரம் செய்வதே அமெரிக்காவின் திட்டம். இந்தியாவைப் போன்ற நாடுகள் அமெரிக்காவின் ஏகாதிபத்திய நோக்கங்களுக்கு எதிராக இருப்பதில் உள்ள அபாயங்களை அமெரிக்கா புரிந்துகொள்ளாமல் இருக்காது.

தவிர, பன்னாட்டு நிறுவனங்களின் மிகப் பெரிய சந்தையாக விளங்கும் இந்தியா அரசியல், பொருளாதாரரீதியில் சுதந்திர மாக இருப்பதும் அமெரிக்காவுக்கு உவப்பான விஷயமல்ல.

மக்கள்தொகைப் பெருக்கமும் பன்னாட்டு நிறுவனங்களின் பெருக்கமும் இந்தியாவின் மின்சாரத் தேவையைப் பல மடங்கு அதிகரித்திருக்கின்றன. அனல் மற்றும் புனல் மின்நிலையங்க ளால் இத்தேவையை நிறைவேற்றவே முடியாது எனப் புள்ளி விவரங்கள் கூறுகின்றன. இந்தப் புள்ளிவிவரங்கள்தாம் இந்தியா போன்ற நாடுகளுக்கு விரிக்கப்படும் வலை. இந்த வலையில் சிக்கிக்கொள்ளும் நாடுகள் பிறகு அதிலிருந்து மீளவே முடியாது என்பதற்குப் பல உதாரணங்கள் உள்ளன. அணு மின்நிலையங் களில் பயன்படுத்தப்படும் ரியாக்டர்களையும் யுரேனியம் போன்ற எரிபொருள்களையும் வாங்குவதற்கு இந்தியா பல பில்லியன் டாலர்களைச் செலவிட வேண்டியிருக்கும். இதற்காகப் பன்னாட்டு வங்கிகளிடமும் அமெரிக்கா உள்ளிட்ட மேற்குலக நாடுகளிடமும் கையேந்த வேண்டிய நிலையில் உள்ள இந்தியா மீள முடியாத கடன்களில் மாட்டிக்கொள்ள நேரிடும். 'எதிர் பார்க்கப்படும்' வளர்ச்சி சாத்தியமானால்கூட அது இந்தியப் பொருளாதார நலன்களுக்குத் துணைபுரிவதைக் காட்டிலும் பன்னாட்டு நிறுவனங்களின் நலன்களுக்கே சாதகமானதாக இருக்கும்.

இந்தியப் பொருளாதாரம் பன்னாட்டு நிறுவனங்களுடன் பிணைக்கப்பட்டுவிட்ட நிலையில் மின்சாரத் தேவையைச் சமாளிப்பதற்கு அணுசக்தியைத் தேர்ந்தெடுப்பதைத் தவிர வேறு வழியில்லை. இடதுசாரிகளுங்கூட அணு மின் திட்டங் களை எதிர்க்கவில்லை. மார்க்சிஸ்டுகளின் தலைமையிலான மேற்கு வங்க அரசு பன்னாட்டு மூலதனத்திற்குச் 'சிவப்பு'க் கம்பளம் விரித்து, 'எதிர்ப்பாளர்'களின் மீது கட்டவிழ்த்து விட்டுள்ள 'புரட்சிகர ஒடுக்குமுறை'களைப் பற்றி இப்பொழுது நினைவூட்ட வேண்டியதில்லை. அரசியல் ரீதியில் அமெரிக் காவை எதிர்க்கும் மார்க்சிஸ்டுகளிடம் பொருளாதாரரீதியில் மாற்றுத் திட்டம் எதுவும் இல்லை. அமெரிக்க எதிர்ப்பு என்பது இடதுசாரிகளுக்குப் பழக்கம் சார்ந்த ஒன்றாகவே நீடித்திருக்கிறது. போகிற போக்கைப் பார்த்தால் சில 'திருத்த'ங் களுடன் இடதுசாரிகள் இந்த ஒப்பந்தத்தை ஏற்றுக்கொண்டு விடுவார்கள் எனத் தோன்றுகிறது. கட்சியின் 'கௌரவ'த்தைப் பாதிக்காத வகையில் அரசுடன் ஒரு புரிந்துணர்வை உருவாக்கிக் கொள்ள முடிந்தால் காரத்தோ புத்ததேவோ மன்மோகன் மற்றும் மல்பிரட்டுடன் ஒரு 'பொது விருந்தில்' கலந்துகொள்ள வும் கூட முன்வரலாம். ஆக, மன்மோகனின் அசாதாரணமான

பொறுமைக்கும் புன்னகைக்கும் அர்த்தமே இல்லாமலில்லை யென்றுதான் சொல்ல வேண்டும்.

இடைத் தேர்தலுக்குத் தயாராகுங்கள் என எல்லாக் கட்சிகளும் தம் தொண்டர்களுக்கு உத்தரவிட்டுள்ள போதிலும் எந்தவொரு கட்சியோ அணியோ தேர்தலைச் சந்திக்கத் தயாராக இருக்கிறதா என்பது சந்தேகந்தான். தோல்வி பயம் மட்டுமல்ல, எந்த ஒப்பந்தத்தைக் காரணம் காட்டி அரசுக்கு அளித்துவரும் ஆதரவை விலக்கிக்கொள்வதாய்ச் சொல்கிறார் களோ அந்த ஒப்பந்தத்தைக் கைவிடுவது குறித்த வாக்குறுதியை யாராலும் அளிக்க முடியாது என்பதுங்கூட ஒரு முக்கியமான காரணம். அமெரிக்காவுடனான இந்த ஒப்பந்தம் மன்மோகன் அல்லது காங்கிரசின் தனிப்பட்ட விருப்பம் சார்ந்தது அல்ல. கடந்த இருபது ஆண்டுகளாக இந்திய அரசு கடைப்பிடித்து வரும் பொருளாதாரக் கொள்கைகளும் அது உருவாக்கியுள்ள அடிப்படைக் கட்டமைப்புகளும்தாம் உண்மையிலேயே இந்த ஒப்பந்தந்தை நம்மீது திணித்துள்ளவை. இவ்விஷயத்தில் எல்லாக் கட்சிகளுமே 'ஆப்பு அசைத்த குரங்கு'கள்தாம். 'நாயர் பிடித்த புலிவால்' கதைகூடப் பொருத்தமான உதாரணம்தான். நாயர் யாராகவும் இருக்கலாம். பிரதமர் நாற்காலியில் உட்காருபவர் ஒவ்வொருவருடைய நிலைமையும் நாயருடைய நிலைமைதான்.

பாஜகவின் நிலையைக் 'கடப்பாறையை விழுங்கியவ'னின் நிலையோடு ஒப்பிடலாம். சிவில் அணுசக்தி ஒப்பந்தத்திற்கான தொடக்கக்கட்ட முயற்சிகளை மேற்கொண்டதே முந்தைய பாஜக அரசுதான். 'உள்ளூர்' அரசியல் காரணமாக ஒப்பந்தத்தை எதிர்ப்பதுபோல் பாவனை செய்த பாஜக பின்பு தன் குரலை மாற்றிக்கொண்டது. ஒப்பந்தம் குறித்து நாடாளுமன்றத்தில் விவாதிப்பதற்கான வாய்ப்புகளைத் தன் அராஜகமான செயல் பாடுகளின் மூலம் தடுத்தது அக்கட்சியின் நாடாளுமன்றக்குழு. ஒப்பந்தத்தை ஆராய நாடாளுமன்றக் கூட்டு நடவடிக்கைக் குழு அமைக்க வேண்டும் என்னும் கவைக்குதவாத ஒரு கோரிக்கையை முன்வைத்துப் 'போராடி' ஓய்ந்துவிட்டது. இந்திய நாடாளுமன்ற வரலாற்றிலேயே முன்னெப்போதும் இருந்திராதபடிக் குறிப்பிட்ட நாளுக்கு நான்கு நாள்கள் முன்ன தாகவே நாடாளுமன்றம் ஒத்திவைக்கப்பட்டபோது அக்கட்சி நிம்மதிப் பெருமூச்சு விட்டது. தேதி குறிப்பிடப்படாமல் அவை ஒத்திவைக்கப்பட்டவுடன் வெளியில் வந்த ஒரு பாஜக நாடாளு மன்ற உறுப்பினர் 'அப்பாடா, தப்பித்தோம்' என்றாராம்.

ஒருவேளை தேர்தல் வந்தால் பேசுவதற்கு விஷயம் வேண்டுமே என்பதற்காக ராமர் பாலம் தொடர்பான சர்ச்சை

களை உருவாக்கி அதில் கருணாநிதி உள்ளிட்ட ஐக்கிய முற்போக்குக் கூட்டணியின் தலைவர்களைச் சிக்கவைத்துள்ள பாஜகவின் அரசியல் சாணக்கியத்தனத்தை நினைத்தால் மெய் சிலிர்க்கிறது. 1990இல் ராமர் கோயில் பிரச்சினையை முன்வைத்து வி.பி. சிங் அரசைக் கவிழ்த்துவிட்டுத் தேர்தலைச் சந்தித்த பாஜகவுக்கு இப்போது அதே ராமரின் பெயரால் 'ஒரு பாலம்' கை கொடுத்திருக்கும் வரலாற்றின் விந்தையை என்னென்பது?

உணர்ச்சிவசப்பட்டு இடதுசாரிகள் அரசுக்கு அளித்துவரும் ஆதரவை விலக்கிக்கொண்டால் தேர்தல் வரக்கூடுமா? இந்தக் கேள்விக்கான பதிலைப் பல விதங்களில் கற்பனை செய்யலாம். அமெரிக்காவின் அறிவுறுத்தலின் பேரில் பாஜக மன்மோகன் அரசை வெளியிலிருந்து ஆதரிக்கலாம். அல்லது புதிதாக உருவாகியுள்ள மூன்றாம் அணியின் ஆதரவு மன்மோகனுக்குக் கிடைக்கலாம். காங்கிரஸ், தானே முன்வந்து மக்களவையைக் கலைத்துவிட்டுத் தேர்தலைச் சந்திக்கலாம். அதற்குச் சில மாதங்கள் அவகாசம் எடுத்துக்கொள்ளலாம். 'நாட்டின் நலன்' என்னும் பெயரில் எதையும் நியாயப்படுத்துவதற்கான வாய்ப்பு எல்லோருக்குமே இருக்கிறது.

இதையெல்லாம் 'நகைச்சுவையான கற்பனை' என ஒதுக்கி விடுவது எளிதானது. ஆனால், நிலைமை உண்மையில் சிரிக்கக் கூடியதாயில்லை. செப்டம்பரில் வியன்னாவில் நடைபெறும் சர்வதேச அணுசக்தி ஏஜென்சி மாநாட்டில் அணுசக்தி சப்ளை செய்யும் நாடுகளிடம் இந்தியாவுக்காகப் பரிந்து பேசவிருக்கிறது அமெரிக்கா. டிசம்பரில் செனட் ஒப்புதலைப் பெற்று ஒப்பந்தத்தைச் சீக்கிரத்தில் நடைமுறைக்குக் கொண்டுவருவதற்கான முயற்சிகளிலும் இறங்கியிருக்கிறது. தற்காப்புக்காக அணு ஆயுதச் சோதனையை நடத்துவதற்கான உரிமை வேண்டும் என இந்தியாவின் அணு விஞ்ஞானியான அனில் கோகோத்கர் போன்றவர்களின் குரல்கள் பலவீனமாக ஒலித்துக்கொண்டிருக்கின்றன. உடன்பாடு அரசியல் ரீதியில் அமெரிக்காவுக்கு முக்கியமானது என்பதை அமெரிக்க அதிகார வர்க்கம் மீண்டும் மீண்டும் தெளிவுபடுத்தியிருக்கிறது. ஈரானுடனான உறவுகளைத் தெளிவுபடுத்துமாறு புஷ் நிர்வாகம் இந்திய அரசை வலியுறுத்தியிருப்பதிலிருந்து இந்த ஒப்பந்தம் எந்த அளவுக்கு அரசியல் ரீதியானது என்பதைப் புரிந்துகொள்ள முடியும்.

இந்த இடத்தில் வேறொரு குரூரமான கற்பனை நினைவுக்கு வருகிறது. செப்டம்பர் 8ஆம் தேதிய *தினமணி* தலையங்கம்தான்

அது. வரலாற்றிலிருந்து பாடம் கற்றுக் கொள்வோம் என்னும் இடதுசாரிச் சாயல்கொண்ட தலைப்பில் வெளியாகியிருக்கும் தலையங்கத்தில் பன்னாட்டு வங்கி ஒன்று இந்தியாவில் எப்போது தேர்தல் வரவேண்டும் என்பதைப் பற்றித் தன் தலைமையகத்திற்கு ஓர் அறிக்கை அனுப்பியுள்ளதாகக் குறிப் பிட்டுள்ளது. அதாவது அடுத்த பட்ஜெட்வரை மன்மோகன் அரசு நீடிக்க வேண்டுமாம். பட்ஜெட்டில் மன்மோகன் சாதாரண மக்களுக்கான நலத் திட்டங்களுக்கு முன்னுரிமை அளிக்க வேண்டுமாம். அதற்குப் பிறகு 'கவிழ' வேண்டுமாம். தேர்தலில் மக்கள் நலத் திட்டங்களைச் செயல்படுத்துவதற்கு இடதுசாரிகள் தடையாய் இருக்கிறார்கள் எனப் பிரச்சாரம் செய்ய வேண்டுமாம். அப்படிச் செய்தால் வெற்றி நிச்சயமாம். தேர்தலுக்குப் பின்னர் முழுப்பெரும்பான்மையுடன் ஆட்சிக்கு வரும் மன்மோகன் அரசு ஒப்பந்தத்தைத் தங்கு தடையில்லாமல் நிறைவேற்றுமாம்.

தலையங்கத்தில் அந்தப் பன்னாட்டு வங்கி எது என்பதைக் குறிப்பிடவில்லை. அதற்கான ஆதாரங்களைப் பற்றியும் குறிப் பிடவில்லை. ஒன்று ஆதாரங்களை வெளியிடாமலிருப்பதற்கு ஏதாவது மறைமுகமான காரணம் இருக்க வேண்டும். அல்லது எல்லாமே தலையங்கத்தை எழுதியவரின் 'கற்பனை'யாக இருக்க வேண்டும். நம்மைப் பொறுத்தவரை இரண்டுமே பயங்கரமானவைதான்.

அக்டோபர், 2007

சேதுக் கால்வாய்

பாதையை மறிக்கும் பாலம்

தமிழர்களின் 150 ஆண்டுகாலக் கனவு என வர்ணிக்கப்படும் சேதுக் கால்வாய்த் திட்டத்தை மையப் படுத்தி எழுந்துள்ள விவாதங்கள் அத்திட்டம் செயல் படுத்தப்படுவதைக் கேள்விக்குள்ளாக்கியிருக்கின்றன. பெரியாரால் முன்னெடுக்கப்பட்டு, அவரது மறைவுக்குப் பின்னர் கிட்டத்தட்டக் கைவிடப்பட்டுவிட்ட பகுத் தறிவுக்கும் மூடநம்பிக்கைக்குமிடையிலான போராட்டங் கள் இவ்விவாதங்களின் மூலம், இன்னும் சரியாகச் சொல்லப்போனால், திமுகவுக்கும் பாரதிய ஜனதா மற்றும் அதிமுகவின் தலைமையிலான இந்துத்துவ இயக்கங்களுக்குமிடையிலான தெருச்சண்டைகளின் மூலம் புத்துயிர் பெற்றிருப்பது போன்ற தோற்றம் தமிழக அரசியல் அரங்கில் உருவாகியுள்ளது. இதிகாச நாயகன் ராமன் இந்துத்துவ மீட்டுருவாக்கத்தின் அடையாளமாக முன்னிறுத்தப்பட்டிருப்பதுபோல் பெரியாரிய மீட்டுரு வாக்கத்தின் அடையாளமாகத் தமிழக முதல்வர் மு. கருணாநிதி முன்னிறுத்தப்பட்டிருக்கிறார்.

17 இலட்சம் ஆண்டுகளுக்கு முன்பு இலங்காபுரியின் அரசன் இராவணனால் கவர்ந்து செல்லப்பட்ட தன் மனைவி சீதையை மீட்பதற்காக வனவாசத்திலிருந்த அயோத்திச் சக்ரவர்த்தி தசரதனின் மூத்த குமாரன் ராமனால் வானரச் சேனையின் உதவியுடன் கட்டப் பட்டதாக இந்துக்களால் நம்பப்படும் – ஆடம்ஸ் பிரிட்ஜ் என அழைக்கப்படும் – ராமர் பாலத்தைச் சிதைத்துச் சேதுக் கால்வாய்த் திட்டத்தை நிறைவேற்ற முற்படும் இந்தியக் கப்பல் போக்குவரத்து அமைச்சகத்தின் முயற்சி

களுக்குத் தடைகோரி ‘ஜனதாக் கட்சி’த் தலைவர் சுப்பிரமணிய சுவாமி உச்ச நீதிமன்றத்தில் வழக்குத் தொடர்ந்தது தான் சர்ச்சையின் தொடக்கப்புள்ளி. அறிவியல் ஆதாரமற்ற, ஒரு புராணக் கதையாடலின் அடிப்படையில் முன்வைக்கப்பட்ட இவ்வகை வாதங்களை எதிர்கொள்வதற்கு ஒருவர் பகுத்தறிவின் மீது நம்பிக்கை கொண்டவராக இருக்க வேண்டிய அவசியம் இல்லை. ஆனால், அவர் கண்டிப்பாக இந்தியத் தொல்லியல் துறையினரைப் போல் வெகுளியாக இருக்கக்கூடாது.

இந்திய அரசியல் அரங்கில் ஒரு கேலிச் சித்திரமாக அசைந்துகொண்டிருக்கும் சுப்பிரமணிய சுவாமியால் தொடரப் பட்ட அந்த வழக்கில் அவர் மனுவுக்கெதிராக, மத்திய அரசின் தொல்லியல் துறை அறிவியல்ரீதியிலான பதில் மனு ஒன்றைத் தாக்கல்செய்தபோது, அதை பாரதிய ஜனதா உள்ளிட்ட இந்துத்துவ இயக்கங்கள் அரசியல் துருப்புச் சீட்டாகப் பயன் படுத்திக் கொள்ளும் என அனுமானிக்க முடியாததை அறிவியல் அணுகுமுறையின் வெகுளித்தனம் என்றுதான் சொல்ல வேண்டும். வெகுளித்தனம் இல்லையென்றால் அப்படியொரு அறிக்கையைத் தாக்கல் செய்த ‘குற்றத்’திற்காக அரசு தன் துறையின் அலுவலர்கள் இருவரைத் தற்காலிகப் பணிநீக்கம் செய்ததற்கு எதிராகத் தன் கண்டனத்தைத் தொல்லியல் துறை பதிவுசெய்திருக்கும். அரசியலரங்கில் உருவான புயலுக்குக் காரணமான அந்த அறிக்கையை ஆதரிப்பது அரசியல்ரீதியில் ஆபத்தானது எனக் காங்கிரஸின் தலைமை முடிவெடுத்ததை விவேகமானது எனப் பாராட்டுமளவுக்குத்தான் நம் அறிவியல் அணுகுமுறை இருக்கிறது.

காங்கிரஸின் தலைமையிலான ஐக்கிய முற்போக்குக் கூட்டணி அரசின் ஓர் அங்கமாக இருக்கும் திமுகழகத்தின் தலைவர் தொல்லியல் துறையின் அறிக்கைக்கு எதிரான இந்துத்துவ அமைப்புகளின் நடவடிக்கைகளுக்கு எதிர்ப்புத் தெரிவித்துக் காட்டமாகக் குரல் கொடுத்ததைப் பகுத்தறிவு வாதத்தை மீட்டுருவாக்கம் செய்யும் நடவடிக்கை எனச் சொல்வது பொருத்தமற்றதாக இருக்க முடியாது அல்லவா? ஆனால், தொடரும் நிகழ்வுகள் இச்சர்ச்சைகளை முன் குறிப் பிட்டதுபோல் வெறும் பகுத்தறிவுக்கும் மூடநம்பிக்கைக்கு மிடையிலான போராட்டம் எனத் தீர்மானிப்பதை மறு பரிசீலனை செய்யத் தூண்டுகின்றன. மிகச் சிக்கலான, மர்மமான வேறு பல காரணிகள் இந்தப் ‘போராட்டங்களி’ன் போக்கை வழிநடத்திக்கொண்டிருக்கின்றனவோ என எண்ணத் தோன்றுகிறது.

நகைச்சுவை உணர்வு நிரம்பப்பெற்ற, சிக்கலான பல தருணங்களைப் புன்னகையோடும் மன உறுதியோடும் எதிர்கொள்ளும் கவிஞர், எழுத்தாளர், முத்தமிழறிஞர் எனப் பன்முக அடையாளங்களைக் கொண்ட முதுபெரும் தலைவ ரான கருணாநிதி எதற்காக இவ்வளவு உணர்ச்சிவசப்பட வேண்டும்?

150 ஆண்டுகளுக்கும் மேலாகப் பல்வேறு விவாதங்களுக்கும் மறுபரிசீலனைகளுக்கும் உள்ளாக்கப்பட்டுத் தள்ளிப் போடப் பட்டுக்கொண்டிருந்த, பல தருணங்களில் கைவிடப்பட்டிருந்த ஒரு திட்டத்தை வழக்கமானதொரு நீதிமன்ற நடவடிக்கை தற்காலிகமாகத் தடைசெய்த நிகழ்வு ஏன் முதல்வருக்கு இவ்வளவு ஆத்திரமூட்ட வேண்டும்? தன் கட்சி மைய அரசின் அங்கமாகவும் சேதுக் கால்வாய்த் திட்டத்திற்குப் பொறுப்பான தரைவழி மற்றும் கப்பல் போக்குவரத்துத் துறை அமைச்சரே தன் கட்சியைச் சேர்ந்தவராகவும் உள்ள நிலையில், சுவாமி தொடர்ந்த வழக்கைச் சட்டரீதியில் எதிர்கொள்வதற்கான அதிகார பலமுடைய ஒரு கட்சியின் தலைவர், 'ராமர் எந்தப் பொறியியல் கல்லூரியில் படித்துப் பட்டம் பெற்றார்?' என்பதைப் போன்ற எதிர்ப்பாளர்களின் ஆத்திரத்தைத் தூண்டும் வகையான கேள்விகளை ஏன் கேட்க வேண்டும்? வேதாந்தி போன்ற மனப்பிறழ்வுக்குள்ளான நான்காம் தர அரசியல்வாதிகளை முன்னிறுத்தி எதற்காக வன்முறை யில் இறங்க வேண்டும்? அறிஞராகவும் எழுத்தாளராகவும் போற்றப்படும் நம் முதல்வருக்கு அறிவியல் அடிப்படையற்ற ஒரு மூடக்கருத்தை அறிவார்ந்த தளத்தில் எதிர்கொள்வதற் கான வாய்ப்புகள் இருக்கும்போது அவர் ஏன் அதை உணர்வு சார்ந்த தளங்களுக்கு நகர்த்திச் சென்றார்?

முன்புபொருமுறை, மற்றவர்களைக் காட்டிலும் ஆட்சிப் பொறுப்பில் உள்ளவர்களுக்குக் கூடுதல் பொறுப்புணர்வு தேவை என்பதை வலியுறுத்தும் பொருட்டுக் குட்டிக்கதை ஒன்றைச் சொன்னார் கருணாநிதி.

கதை இதுதான்.

இரண்டு பெண்கள் ஆளுக்கொரு கரண்டியைக் கையில் வைத்துக்கொண்டு அவற்றை ஆட்டி ஆட்டித் தெருச்சண்டை போடுகிறார்கள். அவர்களில் ஒருத்தி வேகமாகக் கரண்டியை ஆட்டுகிறாள். மற்றொருத்தியின் கையிலுள்ள கரண்டியோ நிதானமாக அசைந்துகொண்டிருக்கிறது. சண்டையைப் பார்த்துக்கொண்டிருப்பவர்கள் கரண்டியை மெதுவாக ஆட்டுபவளை மெத்தனமானவள் என இளப்பமாகக் கருதி விமர்சிக்கிறார்கள். ஆனால், அவளுடைய கையில் உள்ள

கரண்டியில் சிறிதளவு உளுந்து இருக்கிறது என்னும் உண்மை அவர்களுக்குத் தெரியாது. சண்டை போடும்போது கரண்டியில் இருக்கும் உளுந்து சிந்திவிடக் கூடாதே என்னும் பொறுப் புணர்வு காரணமாகத்தான் அவளால் தன் எதிராளியைப் போல் கரண்டியை அவ்வளவு வேகமாக ஆட்ட முடியவில் லையே தவிர ஆவேசத்தில், கோபத்தில் அவள் எவ்விதத்திலும் எதிராளிக்குக் குறைந்தவளல்ல என்பதைக் கழக உடன் பிறப்புகள் புரிந்துகொள்ள வேண்டும் என்பதுதான் அந்தக் குட்டிக்கதையின் மூலம் கருணாநிதி சொன்ன நீதி.

இப்போது அவர் தன் கையில் உள்ள கரண்டியில் 'உளுந்து' இருப்பதையே மறந்துவிட்டார் எனத் தோன்றுகிறது. 'கரண்டி' யின் ஆட்டம் அதிகமாகவே இருந்தது. வேதாந்தியின் 'ஃபத்வா' அறிவிப்புக்குப் பிறகு கரண்டி 'கத்தி'யாக உருவெடுத்தது. திமுக தொண்டர்கள் பாரதிய ஜனதாக் கட்சியின் தலைமை அலுவலகத்தின் மீது தாக்குதல் தொடுத்ததும் அக்கட்சிக்குப் போன உயிர் திரும்பிவந்துவிட்டது. சுப்பிரமணிய சுவாமியின் வழக்கமான பூச்சாண்டி வேலை அரசியல் பூகம்பமாக உருவெடுப்பதற்கான வாய்ப்பை உருவாக்கிக்கொடுத்ததில் அத்தாக்குதலுக்கு ஒரு பெரும் பங்கு இருக்கிறது.

ஜெயலலிதாவுக்கு இதைவிட நல்ல தருணம் கிடைத்திருக்க முடியாது. தமிழகத்தில் சட்டம் ஒழுங்கு கெட்டுவிட்டது என்னும் வழக்கமான பல்லவியைப் பாடுவதற்கு அவர் அதிகம் யோசிக்க வேண்டிய தேவைகூட ஏற்படவில்லை. 'மூன்றாவது அணி'க் கனவுகள் மிகக் குறுகிய காலத்திற்குள் பொய்த்துப்போய்விட்ட நிலையில் தேசிய அரசியலில் இடம் பிடிக்க மாற்றுவழிகளைத் தேடிக்கொண்டிருந்த ஜெயலலிதா உடனடியாகச் செயலில் இறங்கினார். அவரைப் பொறுத்தவரை 'மாற்றுவழி' என்பது பாஜகவோடு கைகோத்துக்கொள்வதுதான்.

தமிழக பாஜக அலுவலகத் தாக்குதல் தொடர்பான காட்சிப் பதிவுகளை *ஜெயா தொலைக்காட்சியில்* திரும்பத் திரும்ப ஒளிபரப்பியதோடு அவற்றையே ஆதாரமாக்கித் தமிழக அரசைக் கலைப்பதற்கான கோரிக்கையை முன்வைத்துப் பிரச்சாரத்தில் இறங்கியது அதிமுக. மாநில அமைச்சர்களும் சென்னை நகர மேயரும் தாக்குதலில் நேரடியாக ஈடுபட்ட காட்சிப் பதிவுகளைப் பார்த்தபோது, திமுக இது போன்ற 'பூச்சாண்டி'களுக்குப் பயப்பட்ட காலம் மலையேறிப் போய் விட்டதோ எனத் தோன்றியது.

முன்பு 1991இல் சந்திரசேகர் தலைமையிலான பொம்மை அரசு, அதிமுகவின் தூண்டுதலின் பேரில் சட்டம் ஒழுங்கைக் காரணம் காட்டிப் பேரவையில் முழுப்பலம் பெற்றிருந்த

அப்போதைய திமுக அரசைக் கலைத்ததை முதல்வர் மறந்திருக்க மாட்டார்தான். ஆனால், தற்போதைய ஐக்கிய முற்போக்குக் கூட்டணி அரசு அது போன்ற ஒரு காரணத்தைக் காட்டிக் கருணாநிதி அரசைக் கலைப்பதற்கான வாய்ப்புகளைப் பற்றி ஜெயலலிதாவேகூடக் கற்பனை செய்யமாட்டார்.

எனவேதான், ஜனநாயக முற்போக்குக் கூட்டணியின் முழு அடைப்புப் போராட்டத்திற்குத் தடைகோரி நீதிமன்றத்தின் கதவுகளைத் தட்டியது அதிமுகத் தரப்பு. உயர் நீதிமன்றம் தடைவிதிக்க மறுத்தவுடன் உடனடியாக உச்ச நீதிமன்றத்தில் மேல் முறையீடு செய்தது. மின்னல் வேகத்தில் செயல்பட்ட உச்ச நீதிமன்றம் ஜெயலலிதாவின் ஆசைகளைப் பூர்த்திசெய்யும் விதத்தில் அதிரடியாக வழங்கிய தீர்ப்புகளுக்குப் பின்னர் மிகத் தாமதமாகச் சுதாரித்துக்கொள்ளும் முயற்சிகளில் இறங்கியது திமுக முழு அடைப்பு என்பது உண்ணாவிரதம் எனப் பெயர் மாறியது. தன் கையில் உள்ள 'கரண்டி'யில் 'உளுந்து' இருக்கும் விஷயம் அப்போதுதான் கருணாநிதியின் நினைவுக்கு வந்திருக்க வேண்டும். உண்ணாவிரதத்தைத் தொடங்கி வைத்துவிட்டு அவசர அவசரமாகத் தலைமைச் செயலகத்திற்குச் சென்று 'பொறுப்புணர்வுடன்' பணிகளைக் கவனிக்கத் தொடங்கினார். ஆனால், இந்தியக் கம்யூனிஸ்ட் கட்சியின் தா. பாண்டியன் உச்ச நீதிமன்றத்தின் தடையைப் பொருட்படுத்தாமல் திட்டமிட்டபடி முழு வேலைநிறுத்தம் நடைபெறும் என அறிவித்தார். அவரிடம் 'கரண்டி' இல்லை. 'உளுந்து' பற்றிய பயமும் அவருக்கு இருக்க வாய்ப்பில்லை.

மன்னனின் வழியைப் பின்பற்றி 'மந்திரிகளு'ம் கோட்டைக்குப் போய்த் தத்தம் இருக்கைகளில் அமர்ந்துகொண்டனர். பாழாய்ப் போன 'சட்டம் ஒழுங்கு'ப் பிரச்சினை உருவாகாதவாறு சமாளிக்க முயன்றது அரசு. முற்பகல் 11 மணிக்கு மேல் பெருநகரப் போக்குவரத்துக் கழகம் ஒரு சில வழித்தடங்களில் பேருந்துகளை இயக்கத் தொடங்கியது. குறிப்பிடத் தகுந்த வன்முறைச் சம்பவங்கள் எதுவும் நடந்ததாகத் தெரியவில்லை. ஆனால், இவை போன்ற நடவடிக்கைகளால் உச்ச நீதிமன்றத்தின் கண்டனங்களிலிருந்து தமிழக அரசால் தப்பித்துக்கொள்ள முடியவில்லை. தமிழக அரசைக் கலைக்குமாறு ஏன் மத்திய அரசுக்கு உத்தரவிடக் கூடாது எனக் கேள்வியெழுப்பிய உச்ச நீதிமன்றம் தமிழக அரசின்மீது நீதிமன்ற அவமதிப்பு வழக்குத் தொடருமாறு அதிமுகவுக்கு யோசனை கூறியது. உச்ச நீதிமன்றத்தின் இத்தகைய கடுமையான அணுகுமுறை திமுகவினரிடையே பெரும் கொந்தளிப்பை உருவாக்கியபோதிலும், அக்கட்சி அமைதியாகவே இருந்தது. மாநில சுயாட்சி கோரிப் போராடிய ஒரு கட்சியால் உச்ச

நீதிமன்றத்தின் இந்தத் தீர்ப்புக்குப் பின்னால் இயங்கும் அரசியல் குறித்து எதுவுமே சொல்ல முடியவில்லை. அண்மைக் காலமாக நீதிமன்றங்கள் தம் தீர்ப்புகளின் வாயிலாக எல்லா வகையான மக்கள் போராட்டங்களுக்கும் தடைவிதித்து வருகின்றன. அதை விமர்சிப்பதற்கும் ஒரு விவாதத்தை உருவாக்குவதற்குமான வாய்ப்பை 'ஜனநாயக முற்போக்குக் கூட்டணி'த் தலைவர்கள் தவறவிட்டதன் பின்புலத்தில் உள்ள அரசியல் என்னவெனத் தெரியவில்லை.

ராமர் பாலத்தைச் சிதைக்காமல் மாற்றுவழியில் சேதுக் கால்வாய்த் திட்டத்தை நிறைவேற்ற முடிந்தால் மகிழ்ச்சி யடைவேன் என்றதோடு திமுக ராமருக்கு எதிரானதல்ல என்று நிரூபிக்கவும் முயன்றுகொண்டிருக்கிறார் முதல்வர். தான் பங்கேற்கும் எல்லாக் கூட்டங்களிலும் தமிழக அரசின் இந்து சமய அறநிலையத் துறை ஆன்மீகத்திற்கு ஆற்றிய தொண்டுகளை மேற்கோள் காட்டித் தாங்கள் கடவுளுக்கு எதிரானவர்கள் அல்ல என 'வாக்குமூலம்' கொடுக்க வேண்டிய நிலை பகுத்தறிவுப் பாசறையிலிருந்து வந்த ஒரு முதல்வருக்கு உருவானதற்காக உண்மையில் வருத்தப்படத்தான் வேண்டும்.

நம் முதல்வருக்கு எந்த அளவுக்குப் 'பொறுப்புணர்வு' வந்திருக்கிறது என்பதற்குச் சமீபத்தில் நடைபெற்ற தமிழக அரசுத் திரைப்பட விருது வழங்கும் விழாவில் அவர் ஆற்றிய தாகக் கூறப்படும் உரையை உதாரணமாகச் சொல்லலாம். விழாவில் கலந்துகொண்ட ரஜினியிடம் இமயமலையில் உள்ள சாமியார்களுக்குச் சேதுக் கால்வாய்த் திட்டத்தின் நல்ல அம்சங்களை எடுத்துச் சொல்லி அவர்களைத் திருத்தும் படி சொன்னாராம் முதல்வர். எல்லாவற்றையும்விடத் 'தன் கட்சி' ராமருக்கு எதிரானதல்ல என்பதை நிறுவுவதற்குக் கருணாநிதி முன்வைத்த ஒரு வாதத்தை நினைத்தால்தான் புல்லரிக்கிறது. 'நாங்கள் ராமருக்கு எதிரானவர்கள் அல்ல. எங்களுடைய தலைவர் ஈ.வெ. ராமசாமி. ராம – சாமி என அவருடைய பெயரிலேயே ராமன் இருக்கும்போது, அவரைத் தலைவராக ஏற்றுக்கொண்டுள்ள எங்களை ராமருக்கு எதிரானவர்கள் என எப்படிச் சொல்ல முடியும்' எனக் கேட்டாராம். இது கருணாநிதியின் சொல் விளையாட்டுதான் என நம்புவதைத் தவிர திமுக ஆதரவுப் பகுத்தறிவுவாதிகளுக்கு வேறு வழியில்லை.

❍

ஆனால், முதல்வர் எழுப்பியுள்ள கேள்விகள் அரசியல் ரீதியில் முக்கியமானவை. அதிமுக தன் தேர்தல் அறிக்கையில் சேதுக் கால்வாய்த் திட்டம் பற்றிக் குறிப்பிட்டிருந்ததையும்

அதை முன்வைத்து முந்தைய தேசிய ஜனநாயகக் கூட்டணி அரசு தொடங்கிய நடவடிக்கைகளையும் குறித்து முதல்வர் எழுப்பிய எட்டுக் கேள்விகளை யாருமே பொருட்படுத்திய தாகத் தெரியவில்லை. அவற்றுக்குப் பதிலளிப்பது புத்திசாலித் தனம் அல்ல என எதிர்ப்பாளர்கள் கருதியிருக்கக்கூடும். உணர்ச்சிபூர்வமாக நடைபெறும் இப்போராட்டத்தில் அறி வார்ந்த கேள்விகளுக்கு எந்த முக்கியத்துவமும் இருக்கப்போவ தில்லை. அதேபோல் சூழலியலாளர்கள், மனித உரிமை ஆர்வலர்கள் மற்றும் கடல் ஆய்வாளர்களிடமிருந்து வந்த எதிர்வினைகளை முதல்வரோ மைய அரசோ பொருட்படுத்த வில்லை. இத்திட்டம் முற்றாகக் கைவிடப்பட வேண்டும் என இரண்டாண்டுகளுக்கும் மேலாகக் குரல் கொடுத்து வருபவர்கள் அவர்கள். எதிர்ப்பாளர்களை ஒடுக்குவதற்குப் பகுத்தறிவின் துணையை நாடிய முதல்வர் சூழலியலாளர் களின் அறிவியல்ரீதியான கேள்விகளைப் பொருட்படுத்தா ததன் மூலம் பகுத்தறிவையும் அறிவியலையும் எதிரெதிராக நிறுத்துகிறார் என்றுதான் கருத வேண்டியிருக்கிறது.

இத்திட்டம் நடைமுறைப்படுத்தப்பட்டால் தூத்துக்குடி, நாகப்பட்டிணம் மாவட்டங்களைச் சேர்ந்த ஆயிரக்கணக்கான மீனவர்களின் எதிர்காலம் சரிசெய்யப்பட முடியாத அளவுக்குப் பாதிக்கப்படும் எனச் சொல்கிறார் மனித உரிமை மேம்பாடு மற்றும் ஆராய்ச்சி அமைப்பின் இயக்குநரும் மனித உரிமைப் பாதுகாவலருமான ஆசி பெர்னாண்டஸ். இந்தியாவுக்குச் சொந்தமான சுமார் 5,500 சதுரக் கிலோ மீட்டர் பரப்பும் 50 மீட்டர் ஆழமும் கொண்ட பாக் நீரிணை மற்றும் மன்னார் வளைகுடாப் பகுதிகளில் உள்ள மீன்வளம் அடியோடு அழிந்து விடும் என எச்சரிக்கிறார் பெர்னாண்டஸ். இந்தியக் கடல் பகுதியில் வாழும் 2,200 மீனினங்களில் 441 மன்னார்ப் பகுதி யில் வாழ்வதாகக் கண்டறியப்பட்டுள்ளது. மீன்கள் மற்றும் பல அரியவகைக் கடல்வாழ் உயிரிகளின் இனப்பெருக்கத்துக்கு இசைவான சூழல் நிரம்பிய மன்னார்ப் பகுதியில் 3,600 வகையான கடல்வாழ் உயிரிகளும் தாவரங்களும் தென்படுவ தாகக் காலச்சுவடுக்கு அளித்த பேட்டியில் பெர்னாண்டஸ் குறிப்பிட்டார். அவற்றில் 377 வகை உயிரினங்கள் அந்தப் பகுதியில் மட்டுமே வசிப்பவை. சேதுக் கால்வாய்த் திட்டம் அவற்றை முற்றாக அழித்துவிடும். உயிரியல் ரீதியில் முக்கியத் துவம் வாய்ந்த இக்கடல் பகுதியில் மட்டுமே மொத்தமுள்ள 117 வகைப்பட்ட பவளப்பாறைகளில் 37 வகைகள் தென்படு கின்றன என்கிறார்கள் கடல்சார் ஆய்வாளர்கள். உலக அளவில் உள்ள 52 வகையான கடல் தாவரங்களில் 12 வகைகள் மன்னார்ப் பகுதியில் இருப்பதாகக் கண்டறியப்பட்டுள்ளன.

தவிர அரியவகைக் கடல் ஆமைகளும் கடல் குதிரைகளும் வாழும் இப்பகுதியின் உயிரியல் சூழலை இத்திட்டம் அடியோடு அழித்துவிடும் அபாயம் இருக்கிறது.

இதன் விளைவாக நேரடியாகவும் மறைமுகமாகவும் சுமார் 60,000 கோடி ரூபாய் அளவுக்கு இழப்பு ஏற்படும். மீன்வளம் பாதிக்கப்படுவதால் தூத்துக்குடி, நாகப்பட்டினம் மாவட்டங்களைச் சேர்ந்த பல்லாயிரக்கணக்கான மீனவக் குடும்பங்கள் தம் வீடுவாசல்களைத் துறந்து வெளியேற வேண்டியிருக்கும். இடப்பெயர்வால் இப்பகுதியின் மனிதவள ஆற்றல் பெருத்த சேதத்திற்குள்ளாகும். இவையெல்லாம் உடனடி பாதிப்புகளதாம். நீண்ட கால அடிப்படையில் இடம்பெயரும் மீனவக் குடும்பங்கள் சமூக, பண்பாட்டுரீதியிலும் பெரும் பாதிப்புக்குள்ளாகும் என்கிறார் பெர்னாண்டஸ்.

இத்திட்டம் வணிக நோக்கிலும் பலனளிக்கக் கூடியதல்ல என்கிறார்கள் ஆய்வாளர்கள். பாக் நீரிணைக்கும் தலைமன்னாருக்குமிடையிலான கடல் பகுதியை ஆழப்படுத்தி, இலங்கையைச் சுற்றிக்கொண்டு செல்லும் 400 கடல் மைல் தொலைவு கொண்ட தற்போதைய கடல்வழிப் பயணத்தின் தூரத்தை 44.9 கடல் மைல் தூரமுடையதாகக் குறைப்பதன் வாயிலாக நேரத்தையும் எரிபொருளையும் மிச்சப்படுத்துவதே இதன் முக்கிய நோக்கம். இது அடிப்படையற்ற ஆசை என்கிறார்கள் ஆய்வாளர்கள். இதே போன்ற நோக்கத்திற்காக உருவாக்கப்பட்ட சூயஸ் கால்வாய் முந்தைய பயண நேரத்தில் 24 நாள்களை மிச்சப்படுத்த உதவியது. ஆனால், சேதுக் கால்வாய்த் திட்டம் வெறும் 21 மணி நேரத்தையே மிச்சப்படுத்தும். அமைக்கப்படவிருக்கும் கால்வாயின் வழியே பயணம் செய்வது பாதுகாப்பானதல்ல எனச் சொல்கிறார் ஓய்வுபெற்ற இந்தியக் கடற்படைத் தலைவர் எச். பாலகிருஷ்ணன். பாக் நீரிணைப் பகுதியில் அடிக்கடி நடக்கும் மணல் நகர்வு மற்றும் புயலால் ஏற்படும் சுற்றுச்சூழல் காரணிகள் கப்பல்களைக் கடுமையாகப் பாதிக்கும் என எச்சரிக்கிறார் அவர். தவிர அதிகமாக மணல் நகரும் தன்மையுடைய இப்பகுதியின் ஆழத்தைத் தக்கவைக்க ஒவ்வொரு வருடமும் அகழ்வுப் பணியைத் தொடர்ச்சியாக மேற்கொள்ள வேண்டிவரும் எனச் சொல்கிறார் பாலகிருஷ்ணன். இவை போன்ற காரணங்களால் கால்வாயைப் பராமரிப்பதற்கு ஆகும் செலவு திட்டமிடப்பட்டதைவிடப் பல மடங்காக உயரலாம். அதை ஈடுகட்டுவதற்குக் கப்பல் நிறுவனங்களிடமிருந்து மிக அதிகக் கட்டணம் கோருவதைத் தவிர வேறு வழியில்லை. சேதுக் கால்வாய்த் திட்டத்தின் குறிப்புகள் 32,000 DWT திறன்வரை உள்ள கப்பல்கள் இதன் வழியாகப் பயணம் செய்ய முடியும் எனக் குறிப்பிடுகிறது. ஆனால்,

நவீனக் கப்பல்கள் கப்பல் துறையின் வளர்ச்சியைக் கருத்தில் கொண்டு 60,000 DWTக்கும் மேற்பட்ட திறன்கொண்டவையாக உருவாக்கப்பட்டுவருகின்றன. இவ்வகைப் பெரிய கப்பல்கள் சேதுக் கால்வாய்த் திட்டத்தைப் பயன்படுத்திக்கொள்ளப் போவதில்லை என எச்சரிக்கிறார் பாலகிருஷ்ணன்.

சுனாமித் தாக்குதலுக்குப் பிறகு, கடலில் ஏற்பட்டுள்ள அபாயகரமான மாற்றங்களைக் குறித்து ஆய்வாளர்களும் சூழலியல்வாதிகளும் தெரிவித்த கருத்துகளைப் பரிசீலித்த பிரதமர் அலுவலகம் 2005ஆம் ஆண்டு இத்திட்டத்தைச் செயல்படுத்துவதற்குத் தன் மறுப்பைத் தெரிவித்ததாகச் சொல்கிறார் பத்திரிகையாளர் எஸ். ஆனந்த். இத்திட்டம் குறித்துத் தனக்கு அனுப்பப்பட்ட கோப்புகளில், 'திட்டம் நடைமுறைப் படுத்தப்பட்டால் எதிர்காலத்தில் பேரழிவை ஏற்படுத்தக்கூடிய பெரிய நெருக்கடிகள் உருவாகும்' எனப் பிரதமர் அலுவலகம் தன் மறுப்பை மிக உறுதியாகப் பதிவுசெய்திருக்கிறது. ஆனால், மைய அரசின் கப்பல் போக்குவரத்து அமைச்சரான டி.ஆர். பாலுவின் தலைமையிலான திமுகவினரின் லாபி, பிரதமர் அலுவலகத்தின் மறுப்பை மீறி இத்திட்டத்தை நடைமுறைக்குக் கொண்டுவந்திருக்கிறது என ஆங்கில வார இதழான *தெஹல்கா*வில் இது குறித்து எழுதியுள்ள ஒரு குறிப்பில் ஆனந்த் சொல்லியுள்ளார்.

இவ்வளவு எதிர்ப்புகளையும் அலட்சியப்படுத்தி விட்டுச் சேதுக் கால்வாய்த் திட்டத்தை நடைமுறைப்படுத்த வேண்டிய அவசியம் என்ன? அதிகாரத்தில் உள்ளவர்களுக்கு 150 ஆண்டு காலக் கனவுத் திட்டத்தை நிறைவேற்றிய அரசியல் பெருமை தவிர வேறு பல ஆதாயங்களும் இருக்கக் கூடும். சுமார் 3,000 கோடி ரூபாய் மதிப்பீட்டிலான இத்திட்டத்தை நிறைவேற்றுவதன் மூலம் அதிகாரத்தில் உள்ளவர்களுக்குக் கமிஷனாகவும் ஒப்பந்தங்கள், துணை ஒப்பந்தங்களின் வழியாகவும் பெரும் தொகை கிடைப்பதற்கான வாய்ப்புகள் உள்ளன. ஆட்சிப் பொறுப்பிலுள்ளவர்களுக்கு இவ்வகை ஆசைகள் இருப்பது ஒன்றும் 'சிதம்பர' ரகசியம் அல்ல.

உச்ச நீதிமன்றம் இவ்வழக்கைக் கையாளும் விதத்தைப் பார்த்தால் திட்டம் முழுமையாகக் கிடப்பில் போடப்பட்டு விடும் எனத் தோன்றுகிறது. அப்படி நடந்தால் திமுகவும் அதன் தோழமைக் கட்சிகளும் தமிழர்களின் கனவுத் திட்டத்தை நிறை வேற்றவிடாமல் தடுத்ததாக அதிமுக, பாஜக மற்றும் அவற்றின் தோழமைக் கட்சிகளின் மீது குற்றம் சுமத்தும். இது அடுத்ததாகத் தமிழகம் சந்திக்கும் எந்தவொரு தேர்தலிலும் அந்த அணிக்குப் பெரும் சேதத்தை விளைவிக்கலாம். இதை

உணர்ந்து தான் சேதுக் கால்வாய்த் திட்டத்தை நிறைவேற்றக் கோரி நாடாளுமன்றத்தில் குரல் எழுப்பியவர்களில் ஒருவரான மதிமுக தலைவர் வைகோ போன்றவர்கள் இத்திட்டம் நிறை வேற்றப்பட வேண்டும் எனப் பட்டும் படாமல் சொல்லிக் கொண்டிருக்கிறார்கள்.

எதிர்காலத்திலுங்கூடத் தமிழகத்தைச் சேர்ந்த எந்தவொரு கட்சியும் தேர்தல் அறிக்கையில் இத்திட்டம் பற்றிய தன் நிலைபாட்டை விளக்காமல் இருக்க முடியாது. வெற்றிபெற்றால் சேதுக் கால்வாய்த் திட்டத்தை 'ராமர் பால'த்துக்கும் சுற்றுச் சூழலுக்கும் பாதிப்பில்லாமல் நிறைவேற்றுவதாக ஒரு வாக்குறுதி யையும் அது அளிக்க வேண்டி வரும். பணம் கொழிக்கும் இத்திட்டத்தை முற்றாகக் கைவிடுவது பைத்தியக்காரத்தனம் என்பது எல்லா அரசியல் கட்சிகளுக்குமே தெரிந்த விஷயந்தான். ஜெயலலிதாவுக்கு இத்திட்டத்தைத் தன்னுடைய ஆட்சிக் காலத்தில் நிறைவேற்ற முடியாமல் போனது குறித்த வருத்தம் இருக்கத்தான் செய்யும். அதை நடைமுறைப்படுத்துவதன் மூலம் கிடைக்கப்போகும் ஆதாயங்களைப் பற்றி அவருக்கும் ஒரு கணக்கு இருக்கக்கூடும். ஒவ்வொரு தருணத்திலும் ஒரு தர்க்கத்தின் துணையோடு இத்திட்டத்தை நடைமுறைப்படுத் துவதற்கான முயற்சிகளை ஒவ்வொரு கட்சியும் மேற்கொண்ட படிதான் இருக்கும்.

ஆனால், நம் அரசியல் தலைவர்கள் ஒருபோதும் சூழலியல் சார்ந்து தற்போது எழுந்துள்ள கேள்விகளையும் எதிர்ப்புகளை யும் பொருட்படுத்தப்போவதில்லை. அவர்களுக்கு யாருடைய ஆலோசனைகளும் தேவையில்லை. அவர்களில் யாருமே அல் கோரைப் போல் ஓர் ஏமாளி அரசியல்வாதியாக இருக்க நிச்சயம் விரும்பமாட்டார்கள். எல்லாத் துறைகளையும் போல் அரசியலும் தொழில்ரீதியான ஒன்றாக ஆகிவிட்டதால் இதைக் குற்றம் சொல்லவும் முடியாது.

ஆனால், நம் தலைவர்கள் விதிவிலக்கான ஒரு தருணத்தி லாவது சூழலியல் சார்ந்த சிறப்பான செயல்பாடுகளுக்காகச் சென்ற ஆண்டின் அமைதிக்கான நோபல் பரிசு பெற்றுள்ள அமெரிக்காவின் முன்னாள் துணை அதிபரும் *An Inconvenient Truth* என்னும் புவி வெப்பமடைதல் குறித்த ஆவணப்படத்தை எடுத்தவருமான அல் கோரிடமிருந்து சிறிதளவாவது கற்றுக் கொள்ளலாம். அரசியலில் ஈடுபடும் ஒருவர் நல்ல நோக்கங் களையும் அறிவியல் அணுகுமுறையையும் கொண்டிருக்க முடியும் என்பதை அவர் நிரூபித்திருக்கிறார்.

நவம்பர், 2007

பயங்கரவாதத்தின் எளிமை

26/11 என அழைக்கப்படும் மும்பை பயங்கரவாதத் தாக்குதல்களின் பாதிப்புகளிலிருந்து தேசம் மீண்டெ ழுந்துவிட்டது. இருபதே நாட்களில் புதுப்பொலிவு பெற்று மீண்டும் திறக்கப்பட்டுவிட்டன தாக்குதலுக் குள்ளான தாஜ், டிரைடண்ட் ஓட்டல்கள். வாடிக்கை யாளர்களை இன்முகம்கொண்டு வரவேற்பதற்காகப் பூங்கொத்துகளுடன் தாஜ் ஓட்டலின் வாசலில் டஜன் கணக்கான அழகுப் பதுமைகள் காத்திருக்கிறார்கள். மோப்ப நாய்களும் ஆயுதமேந்திய பாதுகாவலர்களும் அதன் பாதுகாப்புக்கு உத்தரவாதமளிக்க நூற்றாண்டுப் பெருமைகொண்ட தாஜ் மீண்டும் திறக்கப்பட்டது மட்டும் தேசம் மீண்டெழுந்ததற்கான ஒரே அடையாள மல்ல. சென்னை கிரிக்கெட் டெஸ்ட்டில் இங்கிலாந்து அணிக்கு எதிராக மாஸ்டர் பேட்ஸ்மேன் சச்சின் தெண்டுல்கர் அடித்த சதம்கூட அதன் அடையாளம் தான். அந்த டெஸ்ட்டில் தான் அடித்த 100 ரன்களை மும்பை பயங்கரவாதத் தாக்குதலில் உயிரிழந்தவர் களுக்காக அர்ப்பணிப்பதாக சச்சின் தன் மட்டையை உயர்த்திக் காண்பித்துச் சொன்னதைக் கேட்டுப் புல்லரித்துப்போயிருக்கிறது தேசம். கடந்த சில ஆட்டங் களில் சரியாக விளையாடாத சச்சின் அன்றைய போட்டி யில் சதமடித்துப் பயங்கரவாதிகளுக்கு விடுத்த செய்தி 'எங்களை யாராலும் சீர்குலைக்க முடியாது என்பது தான்' என்கிறார் எழுத்தாளர் ஷோபா டே.

கடந்த சில இதழ்களாகப் பயங்கரவாதம் குறித்த செய்திகளைப் பிரசுரித்து அலுத்துப்போன 'அவுட்லுக்' இந்த வாரம் நெருக்கடியான சூழலில் மகிழ்ச்சியாக இருப்பது குறித்த ஒரு கவர் ஸ்டோரியை வெளியிட்டுத்

தனது வாசகர்களை ஆசுவாசப்படுத்த முற்பட்டிருக்கிறது. ஆனால் மன்மோகன் சிங்குக்கோ சோனியாவுக்கோ புதிய உள்துறை அமைச்சர் ப. சிதம்பரத்துக்கோ அவ்வளவு சுலபமாகத் தம்மை ஆசுவாசப்படுத்திக்கொள்ள முடியும் எனத் தோன்ற வில்லை. 'நெருக்கடியான தருணங்களில்' மகிழ்ச்சியாக இருப்ப தற்கு *அவுட்லுக்கில்* குஷ்வந்த் சிங் தந்த யோசனைகள் உண்மை யிலேயே நெருக்கடியான நிலையில் இருக்கும் பிரதமருக்கும் உள்துறை அமைச்சருக்கும் பயன்படுமா என்ன? கடந்தவாரம் நாடாளுமன்றத்தில் ஒருமனதாக நிறைவேற்றப்பட்ட பயங்கர வாதத்திற்கெதிரான சட்டத் திருத்தம், புதிதாக உருவாக்கப் பட்ட தேசியப் புலனாய்வு அமைப்பு போன்ற அரசின் 'கடுமை' யான நடவடிக்கைகளால் பயங்கரவாதம் கட்டுப்படுத்தப்பட்டு விடும் என்பதை யாராவது நம்பிக்கொண்டிருக்கிறார்களா எனத் தெரியவில்லை.

தாஜ் குழுமத்தின் தலைவர் ரத்தன் டாடா தன் நிறுவனங் களைப் பாதுகாப்பதற்கான பாதுகாப்பு அமைப்பைத் தானே உருவாக்கிக்கொள்ளப் போவதாக அறிவித்துள்ளதன் மூலம் அரசின் பாதுகாப்பு அமைப்புகளின் மீது தனக்குள்ள நம்பிக்கை யின்மையைத் தெளிவுபடுத்தியுள்ளார். டாடா பத்திரிகையாளர் களிடம் சொல்லியிருக்கிறார் என்பதைத் தவிர அவர் சொன்ன செய்தியில் சிறப்பான அம்சம் எதுவும் இல்லை. நாட்டின் மிக முக்கியமான கார்ப்பொரேட் நிறுவனங்களில் ஒன்றுகூட இதுவரை தம் பாதுகாப்புக்கு அரசின் உதவியை நாடியதாகத் தகவல் இல்லை. எல்லா நிறுவனங்களுமே தமக்கான கமாண்டோ படைகளைத் தாமே சொந்தமாக நிறுவிப் பராமரித்துவருகின்றன என்பது ரகசியம் அல்ல. கார்ப்பொரேட் தலைவர்களும் நாட்டின் அதிமுக்கிய மனிதர்களில் பலரும் சிறிதாகவோ பெரிதாகவோ தமது சொந்தப் பாதுகாப்புப் படைகளை வைத்திருப்பவர்கள்தாம். குறைந்தபட்சம் அவர்கள் எல்லோ ருமே தம் சொந்தப் பாதுகாப்புக்காகத் துப்பாக்கி வைத்துக் கொள்ளும் உரிமம் பெற்றிருப்பவர்கள்.

பயங்கரவாதத் தாக்குதல் நடைபெற்றுக்கொண்டிருந்த 60 மணி நேரமும் துப்பாக்கியைத் தலையணைக்கு அடியிலேயே வைத்துக்கொண்டிருந்தாராம் பிரபல இந்தி நடிகர் அமிதாப் பச்சன். பச்சன் போன்றவர்களின் வீடுகளுக்குள் யாராலும் அவ்வளவு சுலபமாக நுழைந்துவிட முடியாது என்றாலுங் கூடப் பச்சன் பீதியுற்றிருந்திருக்கிறார். பாதுகாப்பு மிகுந்த தாஜ், ஓபராய் ஓட்டல்களுக்குள் பயங்கரவாதிகள் ஊடுருவி யிருக்கும் செய்திகளைத் தொலைக்காட்சியில் காண நேர்ந்த அவருக்குத் தன் வீட்டின் பாதுகாப்பு ஏற்பாடுகள் குறித்த சந்தேகம் எழுந்திருந்தால் அது இயல்பானதுதான்.

'மும்பையின் மீதான போர்' எனவும் 'இந்தியாவின் மீதான தாக்குதல்' எனவும் தலைப்பிடப்பட்டுத் தொகுத்து வழங்கப்பட்ட படக் காட்சிகளை நினைவுபடுத்திப் பாருங்கள். தாக்குதலுக்குள்ளானவை மும்பையின் தேர்ந்தெடுத்த சில பகுதிகள். தாஜ், ஓபராய் ஓட்டல்கள், நாரிமன் இல்லம், சத்ரபதி சிவாஜி ரயில் நிலையம் உள்ளிட்ட ஒன்பது இடங்கள். ஆனால் உங்களுடைய 14 அல்லது 21 அங்குலமுடைய தொலைக்காட்சிப் பெட்டியின் திரைக்குள் பெரும்பாலான தருணங்களில் உங்களுக்குக் காட்டப்பட்டுக்கொண்டிருந்தவை பற்றியெரியும் தாஜ் ஓட்டலின் அழகிய முகடும் அந்த ஓட்டலை ஆயிரக்கணக்கில் சூழ்ந்துநின்ற போலீசாரும் இந்திய ராணுவத்தின் கமாண்டோக்களும் மேஜர்களும் லெப்டினன்ட்களும் கவச வாகனங்களும் மட்டும்தாம். வெகு சில தருணங்களில் மட்டும் சத்ரபதி சிவாஜி ரயில் நிலையத்தின் தாக்குதலால் சிதறுண்ட பகுதிகளின் துண்டுப்படங்களும் நாரிமன் இல்லத்தின் வாசலைக் காண்பிக்கும் மங்கலான காட்சிகளும் தோன்றி மறைந்தன. அரசியல்வாதிகளிடமிருந்தும் ஊடகவியலாளர்களிடமிருந்தும் சமூக, அரசியல் விமர்சகர்களிடமிருந்தும் பயங்கரவாதம் தொடர்பாகப் பெற்ற கருத்துகள் ஒளிபரப்பப்பட்டபோதும் பின்னணியில் தாஜ் ஓட்டலின் பற்றியெரியும் அந்த முகடு திரையில் தொடர்ந்து காட்டப்பட்டது. பதற்றத்துடன் காணப்படும் செய்தியாளர்கள் தாஜ் ஓட்டலின் எரியும் அந்த முகட்டைச் சுட்டிக்காட்டி இந்தியா அல்லது மும்பை பற்றி எரிந்து கொண்டிருப்பதாகச் சொன்னார்கள். 'இந்தியாவின் மீதான தாக்குதல்' என்னும் வாக்கியமும் 'மும்பையின் மீதான தாக்குதல்' என்னும் வாக்கியமும் அந்தப் படக்காட்சியின்மீது மாறிமாறி ஒளிர்ந்துகொண்டேயிருந்தது. இந்த வாக்கியங்களைக் கவனித்த, இந்தியத் தொலைக்காட்சிச் செய்தி அலை வரிசைகளின் உத்திகளையும் தந்திரங்களையும் பற்றிய விழிப்பு இல்லாத எவரும் முழு இந்தியாவுமே தாக்குதலுக்குள்ளாகிக் கொண்டிருந்ததாகவே கருதியிருப்பர்.

மும்பையிலேயே வசிக்கும் இந்தியரும் முன்னாள் ஆக்ஷன் ஹீரோவுமான அமிதாப் பச்சன் தன் வீடும் தானும் தாக்குதலுக்குள்ளாகியிருப்பதாகக் கருதிக்கொண்டு, கைத்துப்பாக்கியைத் தலையணைக்கு அடியிலேயே வைத்தபடிக் (பயங்கரவாதிகளின் வருகைக்காக) காத்திருந்த காட்சி வேறொரு தருணமாயிருந்திருந்தால் கேலிச்சித்திரம் வரைவதற்கான ஒரு கருப்பொருளாக நம் கார்ட்டூனிஸ்டுகளுக்குப் பயன்பட்டிருக்கும்.

ஆனால் அது மோசமான தருணம். நாடு முழுவதும் பீதியுற்றிருந்தது. தாக்குதல் பற்றிய செய்தி வெளிவந்த சில

மணி நேரங்களுக்குள்ளாகவே நாட்டின் எல்லா முக்கிய ரயில் நிலையங்களிலும் பாதுகாப்புப் பலப்படுத்தப்பட்டது. எல்லா முக்கிய ஓட்டல்களிலும் பார்களிலும் சோதனைகள் நிகழ்த்தப்பட்டன. வெளிநாட்டவர்கள் (குறிப்பாக அமெரிக்கர் கள்) இருக்கும் விடுதிகளும் குடியிருப்புப் பகுதிகளும் கண்காணிப்புக்குட்படுத்தப்பட்டன. இரண்டாயிரம் மைல் களுக்கப்பால் உள்ள சென்னையில்கூட அந்தப் பதற்றத்தை உணர முடிந்தது. முந்தைய நாள்வரை சாதாரணமாக நடமாடிக் கொண்டிருந்த சென்னை போலீசாரின் உடல்களில் ஒரு அசாதாரண விறைப்புத் தென்படத் தொடங்கியது. மக்கள் அன்றாடம் புழங்கும் திரையரங்குகள், வங்கிகள், அஞ்சல் நிலையங்கள், அரசு அலுவலகங்கள், கோயில்கள், சர்ச்சுகள் முதலானவற்றில் அசாதாரணமான எந்தக் கெடுபிடிகளும் தென்படவில்லை. ஏனென்றால் 26/11 (உண்மையில் 11/26 என்றல்லவா இருந்திருக்க வேண்டும்!) தாக்குதல்கள் மேற் குறிப்பிட்ட எந்தவொரு இடத்திலும் நடைபெற்றிருக்கவில்லை அல்லவா?

என்ன ஒரு சமயோசிதம் பாருங்கள்! பயங்கரவாதம் குறித்த இதற்கு இணையான புரிதல் உலகின் வேறு எந்த மூலையிலாவது உள்ள காவல் துறையினருக்கு இருக்குமா என்பது சந்தேகம்தான். மும்பைத் தாக்குதலுக்குள்ளான இடங் களின் பட்டியலில் ஒரு கோயிலோ சர்ச்சோ இருந்திருக்குமா னால் அந்த 60 மணி நேரத்தில் நாட்டின் எந்த முக்கியமான கோயிலிலும் வழிபாடு நடத்த இந்தியக் காவல் துறை அனுமதித் திருக்காது! இந்த லட்சணத்தில் இருக்கின்றன நம் பாதுகாப்பு அமைப்புகளின் கோட்பாடுகள்.

உயிருடன் பிடிபட்ட பயங்கரவாதி அஜ்மல் சொல்லி யிருக்காவிட்டால் இந்தியக் கடலோரக் காவல் படையோ கப்பல் படையோ விழித்துக்கொண்டிருக்காது. தாக்குதலில் ஈடுபட்ட பயங்கரவாதிகளின் எண்ணிக்கை 10 என அஜ்மல் சொன்ன தகவல் இந்திய ராணுவத்துக்கும் மும்பைக் காவல் துறைக்கும் அதிர்ச்சியூட்டக்கூடிய ஒன்றாகவே இருந்திருக்கும். போர் என மீடியாவின் வர்ணனைக்குள்ளான நவம்பர் 26 தாக்குதலில் அவ்வளவு குறைவான நபர்களே ஈடுபட்டிருக் கிறார்கள் என வெளிவந்துள்ள செய்தியின் நம்பகத்தன்மை குறித்து அருந்ததி ராய் எழுப்பியுள்ள கேள்வியை அவர் பெரும்பாலும் பொதுக் கருத்துக்கு எதிரானவராகவே இருந்து வருகிறார் என்னும் காரணத்தைக் காட்டி அலட்சியப்படுத்தி விட முடியாது. அஜ்மலிடம் விசாரணை நடத்திய புலனாய்வு அதிகாரிகள் குழு, தாக்குதலில் ஈடுபட்டவர்கள் 10 பேர்

என ஏறக்குறைய உறுதிப்படுத்தியிருக்கிறது. ஆனால் தாக்குதல் தொடங்கிய சில மணி நேரங்களில் வந்த 'செய்தி' வேறுவிதமாக இருந்தது.

25க்கும் மேற்பட்ட பாகிஸ்தான் பயங்கரவாதிகள் இத்தாக்குதலில் ஈடுபட்டிருப்பதாகவும் பயங்கர ஆயுதங்களுடனும் ஏராளமான வெடிகுண்டுகளுடனும் அவர்கள் பல்வேறு குழுக்களாகப் பிரிந்துசென்று தாக்குதல் நடவடிக்கைகளை மேற்கொண்டிருப்பதாகவும் 'அவை' அறிவித்தன. பயங்கரவாதிகள் பாகிஸ்தானிலிருந்து செயல்படும் லஸ்கர் – இ – தொய்பா என்னும் பயங்கரவாத அமைப்பைச் சேர்ந்தவர்கள் என்பதையும் பாகிஸ்தான் அரசின் உளவுத் துறையான ஐ.எஸ்.ஐ. யால் பயிற்றுவிக்கப்பட்டவர்கள் என்பதையும் அறிவிக்க மீடியாவுக்கு எந்த ஆதாரமும் தேவையாயிருக்கவில்லை.

மீடியா குடிகாரனின் நிலையில் இருந்தது. எடுத்த எடுப்பிலேயே மகாராஷ்டிர அரசின் தீவிரவாத எதிர்ப்புப் படைத் தலைவர் ஹேமந்த் கார்கரேயும் அவருடன் வந்த காவல் துறை உயர் அதிகாரிகள் சிலரும் போலீசாரும் கொல்லப் பட்டதற்குப் பிறகு பயங்கரவாதிகள் குறித்த கட்டுக்கதைகளைப் பரப்புவதற்கு மீடியாவுக்கு முழுச் சுதந்திரம் கிடைத்திருந்தது. மும்பையின் 'அடையாளச் சின்ன'மாக விளங்கும் தாஜ் ஓட்டலின் முகப்பைச் சூழ்ந்திருந்த புகைமண்டலமும் அதனருகே பதற்றத்துடன் பறந்து திரிந்த சாம்பல் வண்ணப் புறாக்களும் செய்திச் சானல்களின் காமிராமேன்களுக்குப் போதையூட்டும் காட்சிகளாக இருந்திருக்க வேண்டும். ஒரு அற்புதமான வாய்ப்பை நழுவவிட்டுவிடக் கூடாது என்பது போல் அனைத்துச் செய்தியாளர்களும் தாஜ் ஓட்டலைச் சூழ்ந்திருந்தனர். தொகுப்பாளர்களின் குரல்களில் அவசரம் தென்பட்டது. ஒளிபரப்பாகிக்கொண்டிருந்த படக்காட்சிகளின் மீது *EXCLUSIVE* என்று போட்டுக்கொள்ள எந்தச் சானலுமே தவறவில்லை.

பரபரப்பான செய்திகள் தொடர்ந்து வந்துகொண்டிருந்தன. மகாராஷ்டிரத்தின் பயங்கரவாத எதிர்ப்புப் படைத் தலைவர் ஹேமந்த் கார்கரே, என்கவுண்டர் கொலைகளுக்காகப் புகழ் பெற்ற ஐபிஎஸ் அதிகாரி விஜய் சாலஸ்கர், கிழக்கு மும்பையின் காவல் துறை உதவி ஆணையரான அசோக் காம்தே, மேஜர் சந்தீப் உண்ணி கிருஷ்ணன் ஆகியோர் பயங்கரவாதிகளின் துப்பாக்கிக் குண்டுகளுக்குப் பலியானது தாக்குதலுக்குக் கூடுதல் முக்கியத்துவத்தை அளித்தது. தாஜ் தவிர ஓபராய் ஓட்டலும் நாரிமன் இல்லமும் பயங்கரவாதிகளின் பிடிக்குள்

வந்ததும் மீடியா உச்சகட்டப் பரபரப்படைந்தது. பன்னாட்டு வங்கியான எஸ் பேங்க் தலைவர், அவருடைய மனைவி, ஐரோப்பிய யூனியனையும் இந்தியாவையும் சேர்ந்த பாராளுமன்ற உறுப்பினர்கள் சிலர், பத்திரிகையாளர்கள் சிலர் உள்ளிட்ட மும்பையின் அதிமுக்கிய மனிதர்கள் பலரை பயங்கரவாதிகள் பிணைக்கைதிகளாகப் பிடித்து வைத்துக் கொண்டிருப்பதாகவும் ஓட்டல்களின் அறைகளுக்குள் சீரான இடைவெளியில் குண்டுகள் வெடிக்கும் சப்தம் கேட்டுக் கொண்டிருப்பதாகவும் வந்த செய்திகள் பயங்கரவாதிகளின் எண்ணிக்கை, அவர்களது ஆயுத பலம் குறித்த மீடியாவின் கற்பனைகளைத் தூண்டிவிடுவதற்கும் பீதியை உருவாக்குவதற்கும் போதுமானவையாயிருந்தன. மும்பையின் மீதான போர் என்று அறிவிப்பதற்கோ இந்தியாவின் மீதான போர் என்று அறிவிப்பதற்கோ மீடியாவுக்கு இப்பொழுது எல்லா நியாயங்களும் உருவாகியிருந்தன.

உடனடியாகப் பல புதிய சொல்லாடல்கள் உருவாக்கப்பட்டன. அமெரிக்காவின் இரட்டைக் கோபுரம் தாக்கப்பட்ட நிகழ்வை நினைவூட்டும் விதமாக அந்தத் தாக்குதலுக்கு 26/11 என்னும் பெயர் சூட்டப்பட்டது. செப்டம்பர் 11 என்னும் பொருளில் சூட்டப்பட்ட அந்தப் பெயரை இந்திய ஊடகங்கள் தலைகீழாக மாற்றிப் பயன்படுத்தியிருந்தன. 'நவம்பர் 26' என்பதோ '11/26' என்பதோ எந்த விதத்திலும் அமெரிக்க நிகழ்வை நினைவூட்டுவதாய் இருக்காது என்பதில் மீடியா தெளிவாக இருந்தது. 'கறுப்பு வெள்ளி' என அழைக்கப்படும் மீயூனிச் ஒலிம்பிக்கில் இஸ்ரேல் விளையாட்டு வீரர்களின் மீது நடந்த பயங்கரவாதத் தாக்குதலை நினைவூட்டும் விதத்தில் இந்தப் புதன்கிழமையைக் 'கறுப்பு புதன்' என்று அழைத்தார்கள். இவை ஓசைநயத்துக்காகச் சூட்டப்பட்ட வெறும் பெயர்கள் அன்று. இந்த நினைவூட்டல்களுக்குப் பின்னால் இந்திய அரசும் அரசியல்வாதிகளும் என்ன செய்ய வேண்டும் என்னும் தெளிவான குறிப்புகள் இருந்தன. லஷ்கர் அமைப்பைத் தாலிபானாகவும் பாகிஸ்தானை ஆப்கானிஸ்தானாகவும் இந்தியாவை அமெரிக்காவாகவும் அடையாளப்படுத்திய குறிப்புகள் அவை. இதற்குப் பிறகு என்ன செய்ய வேண்டும் என்பதைக் குறித்து இந்திய அரசுக்கு வேறு யாரும் சொல்ல வேண்டிய அவசியம் ஏற்படவில்லை.

போர் குறித்த உரையாடல்களை உடனடியாகத் தொடங்கியது மீடியா. மீட்பு நடவடிக்கைகள் நடந்துகொண்டிருக்கும் போதே வெளியுறவு அமைச்சகத்திலிருந்து 'யாரோ' தொலைபேசி மூலம் இந்திய வெளியுறவு அமைச்சர் பிரணாப் முகர்ஜியின்

குரலில் பாகிஸ்தான் பிரதமர் சர்தாரியிடம் போர் தொடுப்ப தாக 'மிரட்டி'ய செய்தியைத் தொடர்ந்து நிலைமை தீவிர மடைந்தது. இதே போன்ற ஒரு தொலைபேசித் தகவல் அமெரிக்க வெளியுறவுத் துறைக்கும் போனதாகவும் அமெரிக்க வெளி யுறவு அமைச்சகம் இது தொடர்பாகப் பாகிஸ்தானை எச்சரித்த தாகவும் வந்த தகவல்களின் பின்னால் உள்ள உண்மை இதுவரை தெளிவுபடுத்தப்படவில்லை. ஆக தாக்குதல் நடந்து கொண்டிருக்கும்போதே பாகிஸ்தான் தன்மீது 'திணிக்க'ப்படும் யுத்தத்தை எதிர்கொள்ளத் தயாராகிவிட்டது.

பிரதமர் மன்மோகன் சிங்கும் வெளியுறவுத் துறை அமைச்சர் பிரணாப் முகர்ஜியும் பட்டுக்கொள்ளாமலிருந்ததற்கு அவர்களுக்கே உரியதாகச் சொல்லப்படும் இயல்பான மந்தத் தன்மையை மட்டும் காரணமாகச் சொல்ல முடியாது. அவர்கள் ஒருவகையான நிதானத்தைக் கடைப்பிடிக்க வேண்டியிருந் திருக்கலாம். 27ஆம் தேதி மத்தியப் பிரதேசத்தில் நடைபெற விருந்த வாக்குப் பதிவு குறித்த கவலையிலிருந்து பயங்கரவாதி கள் அவர்களை முற்றாக விடுவித்திருக்க முடியும் என்று தோன்றவில்லை. பயங்கரவாதத்தின்பால் மென்மையான அணுகுமுறையைக் கடைப்பிடிப்பதான குற்றச்சாட்டுகளுக்கு உள்ளாகியிருந்த காங்கிரஸ் கட்சிக்கு மும்பை நிகழ்வுகள் கலக்கத்தை ஏற்படுத்தாமலிருந்திருக்க முடியாது. சூழலைத் தங்களுக்குச் சாதகமாக்கிக்கொள்ளக் கிடைத்த தருணத்தை பாஜக சரியாகப் பயன்படுத்திக் கொண்டது. பயங்கரவாதம் தான் நம் முன் உள்ள முக்கியப் பிரச்சினை என உடனடியாக அறிவித்தது பாஜக ஐக்கிய முற்போக்குக் கூட்டணி அரசு பயங்கரவாதத்திடம் தோல்வியடைந்துவிட்டது என மத்தியப் பிரதேசத்தில் வாக்குப் பதிவு நடந்துகொண்டிருந்தபோதே மாறிமாறி அறிக்கைகளை வெளியிட்டுக்கொண்டிருந்தார்கள் அக்கட்சியின் முன்னணித் தலைவர்கள்.

ஆனால் அடுத்த வாரத்தில் தில்லி, ராஜஸ்தான் மாநிலங் களின் சட்டமன்றத் தேர்தல்கள் நடைபெற்றபோது காங்கிரசால் நிலைமையை ஓரளவுக்கு எதிர்கொள்ள முடிந்திருந்தது. 485 என்எஸ்ஜி கமாண்டோக்கள், மும்பைக் காவல் துறையைச் சேர்ந்த 400 போலீசார், கடற்படையின் மூன்று யூனிட்டுகள், இந்திய ராணுவத்தின் ஆறு பட்டாலியன்கள் எனக் கிட்டத் தட்ட ஆயிரத்து ஐந்நூறு வீரர்களைக் கொண்ட மீட்புப் படை சுமார் 60 மணி நேரம்வரை போராடி 10 பயங்கரவாதி களில் 9 பேரைச் சுட்டுத் தள்ளவும் ஒரு ஆளை உயிரோடு பிடிப்பதற்கும் முடிந்திருந்ததல்லவா? அந்தச் 'சாதனை'யை தேசம் கொண்டாடிக்கொண்டிருந்தது.

தாஜ், ஓபராய் ஓட்டல்களிலிருந்தும் நாரிமன் இல்லத்திலிருந்தும் கமாண்டோக்கள் விடைபெற்றபோது அவற்றின் முன்னால் குழுமியிருந்த மக்கள் பூச்செண்டு கொடுத்து அவர்களை வாழ்த்தி வழியனுப்பினர். ஒவ்வொருவரும் மற்றவர்களிடம் வெற்றியைக் குறிக்கும் விதமாக இரட்டை விரல்களைக் காண்பித்தனர். வெற்றியின் குதூகலமும் இழப்பின் துயரமும் இணைந்து வெளிப்பட்ட தருணம் அது. மக்கள் உணர்ச்சிவசப்பட்டிருந்தனர். பாகிஸ்தான்மீது போர் தொடுக்குமாறு ஆவேசத்துடன் முழங்கிக்கொண்டிருந்தனர். போர் மூளக்கூடுமா என்னும் கேள்வியை எழுப்பி அது தொடர்பான விவாதங்களை நடத்தத் தொடங்கியிருந்தது ஊடகம்.

கொல்லப்பட்ட பாதுகாப்புப் படை வீரர்கள் தியாகிகளாகப் போற்றப்பட்டனர். தேசியக் கொடி போர்த்தப்பட்ட உடல்களுக்கு அஞ்சலி செலுத்துவதன் மூலம் அரசியல் தலைவர்கள் தங்கள் தேசப்பற்றை நிரூபித்துக்கொண்டிருந்தார்கள். செயல்படாத உள்துறை அமைச்சர் நீக்கப்பட்டு அந்தப் பதவியில் ‘திறமை’யான இளம் தலைவர் அமர்த்தப்பட்டார். சமீபத்திய நிதி நெருக்கடிகளும் பணவீக்கமும் விலைவாசி உயர்வும் அவரது முந்தைய துறையின் மீது வைத்திருந்த கடுமையான விமர்சனங்களை இப்பொழுது நினைவுகூர்வதற்குக்கூட ஆளில்லை.

ராஜஸ்தானிலும் தில்லியிலும் பெற்ற தேர்தல் வெற்றிகளால் உற்சாகமடைந்த காங்கிரஸ் சுறுசுறுப்பாகச் செயல்படத் தொடங்கியது. தாக்குதல்களும் மீட்பு நடவடிக்கைகளும் முழுவீச்சில் நடைபெற்றுக்கொண்டிருந்த தருணத்தில்கூட உணர்ச்சிவசப்படாமல் பயங்கரவாதத்தை ஒழித்துக்கட்டுவதில் ஒத்துழைக்க வேண்டும் என்று பாகிஸ்தானுக்கு ராஜியரீதியில் வேண்டுகோள் விடுத்த பிரதமரும் அயலுறவுத் துறை அமைச்சரும் பிறகு தம் குரலை உயர்த்திக்கொண்டார்கள்.

உயிரோடு பிடிபட்ட ஒரே பயங்கரவாதி அஜ்மலைத் துருப்புச் சீட்டாக்கி நடைபெறும் அரசியல் விளையாட்டுகளைக் கண்டு ஒடுங்கிக்கிடக்கும் பாஜக அரசிற்குத் தன் நிபந்தனையற்ற ஆதரவை அளித்துள்ளது. தேசபக்தியில் பாஜகவிற்குத் தாங்கள் இளைத்தவர்கள் அல்ல என்பதை நிரூபிக்க வேண்டிய அவல நிலைக்குத் தள்ளப்பட்டுவிட்ட காங்கிரசுக்கு இப்போது சரியான வாய்ப்புக் கிடைத்திருக்கிறது.

ஊடகங்களின் சொல்லாடல்களைத் தாரக மந்திரமாக எடுத்துக்கொண்டு பாகிஸ்தானுடன் மற்றொரு போருக்கு மன்மோகன் சிங் அரசு ஆயத்தமாகிறதோ என்று தோன்றுகிறது.

9/11க்கு முன்பு ஜார்ஜ் புஷ்ஷுக்கு இருந்த அரசியல் நெருக்கடி களை விடவும் தீவிரமானவை தற்போதைய காங்கிரஸ் அரசின் நெருக்கடிகள். அப்போது கேலிக்குரிய மனிதராகத் தென்பட்ட அமெரிக்க அதிபரை ஆப்கன் போர் வெற்றி வீரராக்கியது. மன்மோகன் புஷ் அளவுக்குக் கேலிசெய்யப்பட்டவர் அல்ல என்றாலும் அது அவரது நிலையை எந்த விதத்திலும் மேம் படுத்திவிடக்கூடியதல்ல.

மூன்று மாதங்களுக்குள் பொதுத் தேர்தலைச் சந்திக்க வேண்டிய நிர்ப்பந்தத்தில் இருக்கும் அரசிடம் மார்தட்டிக் கொள்ள எதுவுமே இல்லை. அவசரமாகச் சாதிப்பதற்கு பாகிஸ்தான்மீது போர் தொடுப்பதைத் தவிர வேறு குறுக்கு வழிகள் எதுவும் மன்மோகனிடம் இருப்பதாகவும் தெரிய வில்லை. பாகிஸ்தான் ராணுவத் தளபதி வேண்டுமானால் இந்தியாவை ஒரு கை பார்க்கத் துடித்துக்கொண்டிருக்கலாம். ஆனால் கடந்த காலங்களில் பாகிஸ்தானுடன் நடத்திய போர் களில் பெற்ற மிகச் சுலபமான வெற்றி, அந்நாட்டின் மீது இன்னொரு யுத்தத்தை நடத்திப்பார்ப்பதற்கு இந்தியாவைத் தூண்டக்கூடும். யுத்தம் இந்தியப் பொதுச் சமூகத்தின் விருப்பமாகவும் மாற்றப்பட்டுவிட்டது. அந்த 60 மணி நேரத்தில் இந்தியச் செய்திச் சேனல்களுக்கு அவற்றின் பார்வையாளர் கள் அனுப்பிய குறுஞ்செய்திகளில் ஒன்றுகூட யுத்தத்திற்கு எதிரானதாக இல்லை.

பயங்கரவாதப் பிரச்சினைகளுக்குத் தீர்வுகாண உதவும்படி அமெரிக்காவிடமும் பிரிட்டனிடமும் கோரிக்கைகளை முன் வைத்துக்கொண்டிருந்த அரசு, இப்போது நேரடியாகச் சவால் விட்டுக்கொண்டிருக்கிறது. சர்வதேசச் சமுதாயம் இந்தியாவுக்கு ஆதரவாக பாகிஸ்தானிடம் பயங்கரவாத அமைப்புகளுக்கு எதிராக உறுதியான நடவடிக்கைகளை மேற்கொள்ளுமாறு நிர்ப்பந்தித்தபோதும் 'நாங்களே பார்த்துக்கொள்வோம்' எனச் சவால் விட்டிருக்கிறார் வெளியுறவு அமைச்சர். எல்லையில் இரு நாட்டு ராணுவங்களும் போர்ப் பயிற்சி பெறத் தொடங்கி யிருக்கின்றன. மும்பைத் தாக்குதலில் ஈடுபட்ட பயங்கரவாதி கள் பாகிஸ்தானைச் சேர்ந்தவர்கள் என்பதற்கான ஆதாரங் களைத் தருமாறு அப்பாவித்தனமாக வலியுறுத்திக்கொண் டிருக்கும் சர்தாரிக்கு இந்தியா ஒருபோதும் பதிலளிக்கப் போவதில்லை. பிடிபட்டுள்ள பயங்கரவாதி அஜ்மல் இந்திய விசாரணை அதிகாரிகளிடம் அளித்துள்ளதாகச் சொல்லப்படும் வாக்குமூலம் தவிர வேறு உருப்படியான ஆதாரங்கள் எவையும் இல்லாதது மட்டும் அதற்குக் காரணமல்ல. சொல்லப்போனால் அஜ்மலின் வாக்குமூலங்கள் நம்மைக் கேலிசெய்பவை.

தாக்குதல், அதன் பின்னணி குறித்து அஜ்மல் சொன்ன தகவல்களைவைத்து இந்தியப் புலனாய்வு அதிகாரிகள் சிருஷ்டித்துள்ளக் கதையாடல் நமது பாதுகாப்புக் குறித்தும் நமது புலனாய்வு அமைப்புகள், ராணுவம் குறித்தும் நாம் கொண்டுள்ள கற்பனைகளுக்கு எதிரானவையாக இருப்பது தான் விநோதமான நகை முரண்.

அஜ்மலின் கூற்றுப்படி அவர்களின் திட்டம் மிக எளிமை யானது. பாகிஸ்தானில் உள்ள லஷ்கர் அமைப்போ அல்லது வேறு எதாவது ஒரு பயங்கரவாத அமைப்போ வறுமையில் வாடும் இளைஞர்கள் சிலரை, சிறுவர்களைத் தேர்ந்தெடுக்கிறது. ஐ.எஸ்.ஐ. உதவியோடு அவர்களுக்கு இந்தியாவை வெறுப்ப தற்குக் கற்றுத் தருகிறது. ஒரு முகாமில்வைத்து ஆயுதப் பயிற்சி அளிக்கிறார்கள். பிறகு அவர்களிலிருந்து 10 பேரை மட்டும் தேர்ந்தெடுத்து அவர்களிடம் ஆளுக்கொரு நவீனரகத் தானியங்கித் துப்பாக்கியையும் சுமக்கத்தக்க அளவுக்குக் கையெறி குண்டு களையும் துப்பாக்கி ரவைகளையும் வழங்கிக் கராச்சியிலிருந்து கப்பலேற்றி அனுப்புகிறார்கள். வரும்வழியில் தென்பட்ட படகிலிருந்த மீனவர்களைக் கொன்றுவிட்டு அதைக் கடத்திக் கொண்டு எந்தத் தடங்கலுமில்லாமல் சுற்றுலாப் பயணிகளைப் போல மும்பைக்கு வந்துசேர்கிறார்கள். பத்துப் பேர் மூன்று அல்லது நான்கு குழுக்களாகப் பிரிந்துசென்று தாக்குதல் நடத்தி ஓரிரு மணி நேரத்திற்குள் மும்பையை அதாவது ‘இந்தியா’வைத் தம் கட்டுப்பாட்டுக்குள் கொண்டுவந்து விடுகிறார்கள். 200 உயிர்களைப் பழி வாங்கிய, 300க்கும் அதிகமானவர்களைக் காயப்படுத்திய இந்தியாவின் மீதான மிகப் பெரிய பயங்கரவாதத் தாக்குதல் இப்படி ஒரு சராசரித் தமிழ் சினிமாவின் திரைக்கதை அளவுக்கு எளிமையானதாக இருந்திருக்க முடியுமா? அப்படி இருந்திருக்க முடியுமென்றால் நம்மைக் காப்பாற்ற ‘அந்த ஆண்டவனால்கூட முடியாது’.

மும்பை நகரம் பயங்கரவாதிகளின் தாக்குதலுக்குள்ளாகக் கூடும் என மகாராஷ்டிரா அரசை உளவுத் துறை ஏற்கனவே எச்சரித்திருந்ததாகச் சொல்கிறார்கள். ஆனால் அதை ‘வழக்க’ மான ஒன்றாக எடுத்துக்கொண்டுவிட்டதாம் மகாராஷ்டிரா காவல் துறை. கடலோரக்காவல் படைக்கு இந்த விவரமே தெரியவில்லை. தாக்குதல் பற்றிய தகவல் கிடைத்தவுடனேயே சத்ரபதி சிவாஜி ரயில் நிலையத்திற்கு விரைந்துசென்று விட்டில் களைப் போலப் பலியான கார்கரேயுக்கும் அவருடன் சென்ற காவல் துறையினருக்கும் சூழலின் பயங்கரம் குறித்த எந்த முன்னெச்சரிக்கையும் தரப்பட்டிருக்கவில்லை. ஒரு பயங்கர வாதி உயிரோடு பிடிபட்டதை ‘நல்லவேளை’ என்றுதான்

சொல்ல வேண்டும். இல்லையென்றால் தாஜ், ஓபராய் ஓட்டல் களுக்குள்ளும் நாரிமன் இல்லத்திலும் பதுங்கியிருந்த பயங்கர வாதிகளின் எண்ணிக்கை தெரியாமல் மேலும் சில நாட்கள் ‘முற்றுகை’யை நீடித்திருக்க வேண்டிய கட்டாயம் முப்படைக் கமாண்டோக்களுக்கு ஏற்பட்டிருக்கும்.

ஆனால் அஜ்மல் பிடிபட்டது மற்றொரு வகையில் ‘நல்லவேளை’ அல்ல. நடைபெற்ற தாக்குதல்களுக்குப் பின்னால் உள்ள உண்மைகளை முழுமையாகக் கண்டறிவதற்கான உழைப்பை மிச்சப்படுத்துவதற்கு நம் காவல், புலனாய்வு அமைப்புகளுக்கு உதவியிருக்கிறது அந்த ‘வாக்குமூலம்’. தாக்குதல் திட்டத்தில் உள்நாட்டில் இயங்கும் வேறு பயங்கர வாத அமைப்புகளுக்கு ஏதேனும் தொடர்பு இருக்கிறதா, உயிருடனும் பிணமாகவும் பிடிபட்ட பத்துப்பேரைத் தவிர்த்து யாராவது தப்பிச் சென்றிருக்கிறார்களா, அவர்களோடு இந்தியா வுக்கு வந்த பயங்கரவாதிகளின் எண்ணிக்கை எவ்வளவு, அவர்களது திட்டம் என்ன, இன்னும் என்னென்ன அபாயங் கள் நமக்காகக் காத்திருக்கின்றன என்பன போன்ற இயல்பான சந்தேகங்கள் காவல் துறைக்குத் தோன்றியிருக்கும். அவை தொடர்பாக விசாரணை மேற்கொள்ள வேண்டிய கட்டாயம் ஏற்பட்டுத் தற்செயலாகவேனும் நமக்குச் சில தகவல்கள் கிடைக்கப் பெற்றிருக்கும்.

ஆனால் அரசு அஜ்மலின் வாக்குமூலத்தை வார்த்தைக்கு வார்த்தை அப்படியே நம்புகிறது. பயங்கரவாதத்தின் வேறு பரிமாணங்களைப் பற்றி விவாதிப்பது பல சங்கடமான கேள்விகளுக்கான கச்சாப்பொருளாகிவிடக்கூடும் என அரசு தயங்குகிறதோ என்னும் கேள்வி எழுகிறது. பாபர் மசூதி இடிப்பைத் தொடர்ந்து ஏற்பட்ட பதற்றம், அதன் பின்விளை வான தீவிரவாத இயக்கங்கள், கோத்ரா ரயில் எரிப்பு, அதைத் தொடர்ந்து நடத்தப்பட்ட படுகொலைகள், சரி செய்யப்பட முடியாத அளவுக்குச் சீர்குலைந்து போயிருக்கிற மத நல்லிணக்கம், மலேகான் குண்டு வெடிப்புச் சதியில் பங்குகொண்ட ராணுவ அதிகாரிகள், தவிர தீர்க்கவே முடியாத தாகத் தென்படும் காஷ்மீர்ச் சிக்கல்கள் என நாம் எதிர்கொள்ள, பதிலளிக்கத் தயங்கும் பல சங்கடங்கள் இருக்கின்றன.

இவற்றுக்குத் தீர்வுகாண நாம் அதிகம் உழைக்க வேண்டி யிருக்கும். தொலைநோக்குடனும் அர்ப்பணிப்புடனும் கூடிய உழைப்பு. எல்லாத் தரப்பினருமே எதையாவது விட்டுக்கொடுக்க வேண்டியிருக்கும். நிலைப்பாடுகளை மாற்றிக்கொள்ள வேண்டி யிருக்கும். அது சவாலானது, நடைமுறைப்படுத்துவது கடின மானது. பாஜகவால் இஸ்லாமிய அபாயம் என்னும் ஒரு

மந்திரச் சொல் இல்லாமல் காங்கிரஸுக்கு மாற்றான பலம் வாய்ந்த அரசியல் கட்சியாக உருவெடுத்திருக்க முடியுமா என்னும் கேள்வி புறக்கணிக்கத்தக்கதல்ல. ராமரை அக்கட்சி தன் அரசியல் செயல்திட்டத்திலிருந்து விலக்கிவைக்க முடியும் என யாராவது கனவுகாண முடியுமா? அக்கட்சியின் சமீபத்திய சேதுக் கால்வாய் எதிர்ப்பு அரசியல் இதற்கு நல்ல உதாரணம். காங்கிரசுக்கும் இப்படி விட்டுக்கொடுக்க முடியாத பல விஷயங்கள் இருக்கின்றன. எதிரும்புதிருமான கொள்கைகளைக் கொண்ட கட்சிகளோடு கூட்டுச்சேர்ந்து அதிகாரத்தைக் கைப்பற்றுவதற்கு அதற்குப் பல முகங்கள் தேவைப்படுகின்றன. அவற்றில் எந்த ஒன்றையும் அதனால் விட்டுக்கொடுக்க முடியாது. நாட்டின் தேசிய விடுதலை இயக்கத்திற்குத் தலைமை தாங்கிய கட்சிக்கென்று இன்று எந்தத் தனித்துவமும் இல்லை. பாஜகவிடமிருந்து தன்னைத் தற்காத்துக்கொள்ள வேண்டிய கட்டாயத்திலிருக்கும் கட்சிக்கு அஜ்மலின் வாக்குமூலம் ஒரு வரப்பிரசாதம்தான்.

பயங்கரவாதத்திற்கெதிரான தொலைநோக்குடன் கூடிய நீண்டகாலத் திட்டத்திற்குப் பதிலாக, காங்கிரஸின் முன்னால் இருப்பது ஒன்றே ஒன்றுதான். அது பாகிஸ்தான் மீதான ஒரு அதிரடி நடவடிக்கை, சிறியதாகவோ பெரியதாகவோ ஒரு தாக்குதல், பயங்கரவாத முகாம்களை அழிப்பது என்னும் பெயரால் மேற்கொள்ளப்படும் ஒரு குறுகிய கால யுத்தம். அது மன்மோகனுக்கோ சோனியாவுக்கோ 9/11க்குப் பிறகான ஜார்ஜ் புஷ்ஷின் தோற்றத்தை அளித்துவிடும். நான்கே மாதத்தில் பொதுத்தேர்தலைச் சந்திக்க வேண்டிய கட்டாயத்திலிருக்கும் ஒரு கட்சிக்குச் சொல்லிக்கொள்ளும்படியான ஒரு துருப்புச் சீட்டாக அது இருக்கும். தவிர அந்த யுத்தத்தை, பாஜக உள்ளிட்ட எந்தக் கட்சியாலும் விமர்சிக்க முடியாது. அத்வானி எதை வலியுறுத்தி வருகிறாரோ அதைச் செய்வதற்கான வாய்ப்பு மன்மோகனுக்குக் கிடைத்திருக்கிறது. பின்விளைவுகள் மோசமாக இருக்கலாம்.

பாகிஸ்தானில் குற்றுயிரும் குலையுயிருமாகக் கிடக்கும் ஜனநாயக சக்திகளுக்கு இந்த யுத்தம் சாவுமணி அடித்துவிடும். அது தொலைநோக்கில் இந்தியாவின் நலனுக்கு எதிராக இருக்குமா என்பதைப் பற்றி இப்போது யாரும் விவாதிக்கப் போவதில்லை. ஈராக்கைப் போலவே ஆப்கானிஸ்தானைப் போலவே பாகிஸ்தானைச் சிதறடிப்பது இந்தியாவின் ராணுவத்துக்குப் பெரிய சவால் அல்ல. ஆனால் அதன் பின்விளைவுகள் அபாயகரமானவை. அணு ஆயுதங்களை வைத்துள்ள இரு நாடுகளுக்கிடையே நடைபெறக்கூடிய எந்தவொரு யுத்தமும்

விரும்பத்தக்கதல்ல. வேறு வழியில்லாமல் போகும்போது ஏதாவது ஒரு நாட்டின் ராணுவத்துக்கு அவற்றைச் சோதித்துப் பார்க்கும் முட்டாள்தனமான யோசனை உதிக்கக்கூடும். தவிர, பயங்கரவாதிகளின் கட்டுப்பாட்டிற்குள் வந்துவிட்ட பழி நிறைந்த ஓர் அண்டை நாடு இந்தியாவின் பாதுகாப்புக்கு எந்த உத்தரவாதத்தையும் தரமுடியாது. ஓர் அதிபராக ஈராக்கில் தன் கடைசிச் சுற்றுப்பயணத்தை மேற்கொண்ட ஜார்ஜ் புஷ்ஷுக்குக் கிடைத்த வரவேற்பு நினைவிருக்கிற தல்லவா? அவர்மீது தன் ஷூக்களைக் கழற்றி வீசியவர் ஒரு பயங்கரவாதியோ ராணுவ வீரரோ அல்ல. அந்தப் பத்திரிகையாளர் இன்று ஈராக்கின் கதாநாயகன் ஆகிவிட்டார். அவரது ஷூ 32 கோடி ரூபாய்க்கு ஏலம் போனது ஜார்ஜ் புஷ்ஷின் மீதான அபிமானத்தால் அல்ல. அமெரிக்க அதிபர் களின் பாதுகாப்புக்கு அதன் ராணுவம் மட்டும் போதாது என்பதைத்தான் அந்தப் பத்திரிகையாளர் உணர்த்தியிருக்கிறார்.

தன் மீதான தாக்குதலை புஷ் புன்சிரிப்புடன் எதிர் கொண்டாராம். ஏதோ ஒருவகையான ஜோக் அடிக்கவுங்கூட புஷ்ஷுக்கு முடிந்திருக்கிறது. புன்னகைக்கத் தெரியாதவர் எனப் பெயரெடுத்திருக்கும் நம் பிரதமருக்கு அவரைப்போல் ஜோக் அடித்துக்கொண்டிருக்க முடியாது. யுத்தம் கிரிக்கெட் விளையாட்டைப் போன்றதல்ல. ஒரு சதத்தின் மூலம் பயங்கர வாதத்திற்குப் பதிலடி கொடுக்கப் பிரதமர் கிரிக்கெட் வீரரும் அல்ல. தற்போதைய சூழலை அவர் பொறுப்புணர்வுடன் கையாள வேண்டும். பொதுவாகவே உணர்ச்சிவசப்படாதவரான மன்மோகன் நெருக்கடியான இந்தத் தருணத்தில் விவேகத்துடன் நடந்துகொள்வது மிக முக்கியம்.

ஐநா பாதுகாப்புச் சபை ஏற்கனவே பாகிஸ்தானில் செயல்படும் பயங்கரவாத அமைப்புகள் சிலவற்றைத் தடை செய்திருக்கிறது. சர்வதேசச் சமுதாயத்தின் கண்டனங்களுக் குள்ளாகியிருக்கிற பாகிஸ்தானை நிர்ப்பந்திப்பதற்கான வாய்ப்பு களை இந்தியா முற்றாக இழந்துவிடவில்லை. தனது நட்பு நாடான பாகிஸ்தான் மீது இந்தியா தன்னிச்சையாகப் போர் தொடுப்பதை அமெரிக்கா நிச்சயமாக அனுமதிக்காது. பயங்கரவாத முகாம்களை அழிக்குமாறும் இந்தியா அளித்துள்ள பட்டியலில் இடம்பெற்றுள்ள பயங்கரவாதிகளின் மீது நட வடிக்கை எடுக்குமாறும் பாகிஸ்தானை வற்புறுத்தும் அமெரிக்கா வின் நோக்கம் நிச்சயமாக சமாதானமாக இருக்க முடியாது. நவம்பர் 26ஐ 26/11 என்று அழைத்துக்கொள்வதை அமெரிக்கா ஆட்சேபிக்காமலிருக்கலாம். ஆனால் அது ஒரு போதும் மன்மோகன் புஷ்ஷாக மாறுவதை அனுமதிக்காது. அப்படி

அனுமதிப்பது தன் அரசியல் பொருளாதார நலன்களுக்கு எதிரானது என்பதை அமெரிக்கா நிச்சயம் உணர்ந்திருக்கும்.

இருநாடுகளுக்குமிடையே மத்தியஸ்தனாகச் செயல்படுவதற்கு அமெரிக்கா எப்போதுமே தயாராக இருக்கிறது. இந்தச் சந்தர்ப்பத்தில் பாகிஸ்தானைக் கண்டிப்பதற்கு அது வழக்கத்தை விடக் கடுமையான வார்த்தைகளைப் பயன்படுத்தலாம். தானே இந்தியாவின் பட்டியலில் உள்ள தீவிரவாதிகளில் சிலரைக் கைதுசெய்து விசாரிக்கலாம். அவர்களை இந்தியாவிடம் ஒப்படைக்கவும் செய்யலாம். தண்டனை வழங்கலாம். ஆனால் அத்தகைய நடவடிக்கைகள் மூலம் இந்தியா தற்போது எதிர் கொண்டுள்ள பயங்கரவாத அபாயத்திற்குத் தீர்வு கிடைக்கும் என எதிர்பார்ப்பது பேதமை. ஏற்கனவே இஸ்லாமியச் சமூகத்தின் வெறுப்புக்குள்ளாகியிருக்கும் அமெரிக்காவின் யோசனைகளை ஆதரிப்பது இந்தியாவின் நலன்களுக்கு ஒருபோதும் பயனளிக்கக் கூடியதல்ல.

பயங்கரவாதத்தை இந்தியா தன் சொந்த வழியில் எதிர் கொள்ள வேண்டும். உள்நாட்டில் நிலவும் பயங்கரவாதப் பிரச்சினைகளைத் தீர்த்துக்கொள்ளும் விவேகம்தான் சரியான தீர்வு. ஆங்கிலச் செய்திச் சானல்கள் சொல்வதுபோல இந்தியா, தாஜ் அல்ல. ஒருசில கமாண்டோக்களையும் மோப்ப நாய்களையும் கொண்டு இந்தியாவின் பாதுகாப்பு பிரச்சினைகளுக்குத் தீர்வு கண்டுவிட முடியாது. ஒரு ஓட்டலின் பாதுகாப்பு ஏற்பாடுகளும் நாட்டின் பாதுகாப்பு ஏற்பாடுகளும் வெவ்வேறானவை.

பயங்கரவாதத் தடைச் சட்டங்களை இயற்றுவதைவிடவும், பயங்கரவாதக் குற்றங்களை விசாரிப்பதற்கான தனி அமைப்பை உருவாக்குவதைவிடவும் முக்கியமான பல பணிகள் அரசுக்கு இருக்கின்றன. 90களுக்குப் பிறகு அச்சுறுத்தலுக்குள்ளாகித் தனிமைப்பட்டுக்கிடக்கும் இஸ்லாமியச் சமூகத்தின் காயங்களை ஆற்றுவதற்கும் அவர்களை மைய நீரோட்டத்தில் இணைப்பதற்கும் முயல வேண்டும். தேசப் பிரிவினையின்போது இதைத் தம் தாய்நாடாகக் கருதி நம்பிக்கை வைத்து இந்த நாட்டிலேயே வாழ்ந்துகொண்டிருக்கும் 15 கோடி இஸ்லாமியர்களுக்கு இது அவர்களுடைய நாடு என்னும் உத்தரவாதத்தை அளிப்பதும் பயங்கரவாதத்தின் புகலிடமாக மாற்றப்பட்டிருக்கும் காஷ்மீர்ச் சிக்கல்களுக்கு நிரந்தரமான தீர்வைத் தேடுவதும் எல்லாவற்றையும்விட முக்கியமானது

ஜனவரி, 2009

மாவோயிஸ்ட் அச்சுறுத்தல்

பிரதமரின் கொடுங்கனவு

'உள்நாட்டுப் பாதுகாப்புக்கு மிகப்பெரிய அச்சுறுத்தல்' எனச் சமீபத்தில் மாவோயிஸ்ட்டுகளைப் பற்றி எச்சரித்திருக்கும் பிரதமர் மன்மோகன் சிங், நாட்டில் மொத்தமுள்ள 28 மாநிலங்களில் 20இல் வலுவான சக்தியாக உருவெடுத்திருக்கும் மாவோயிஸ்ட் இயக்கத்தை ஒடுக்க மாநில அரசுகளுக்கு உத்தரவிட்டிருக்கிறார். கடந்த ஜூனில் மேற்குவங்க மாநிலம் லால்கரில் 1,000 சதுர கி.மீ. பரப்பை மாவோயிஸ்ட்டுகள் கைப்பற்றியிருப்பதாகக் கூறிய மத்திய, மாநில அரசுகள் ஆயிரக்கணக்கான காவல் துறையினருடன் துணை ராணுவப் படைகளையும் எல்லைப் பாதுகாப்புப் படைகளையும் கொண்டு அப்பகுதியை முற்றுகையிட்டன. லால்கரில் பெரும்பான்மையாக வசிக்கும் பழங்குடியினர் மீதான அத்துமீறலாக முடிவுற்ற 'ஆபரேஷன் கிரீன் ஹண்ட்' என அழைக்கப்பட்ட அந்த 'மீட்புப்பணி' மாவோயிசத்தை மேலும் 'அபாயகரமான' சக்தியாக மாற்றியிருப்பதோடல்லாமல், பல்லாயிரக்கணக்கான பழங்குடி மக்களைத் தனிமைப்படுத்தி அவர்களை நக்சல் ஆதரவாளர்களாக மாற்றியிருக்கிறது.

சத்தீஸ்கர், ஜார்கண்ட், ஒரிசா ஆகிய மாநிலங்களில் மாவோயிஸ்ட்டுகளை ஒடுக்க, ஏற்கனவே உள்ள 35,000 துணை ராணுவத்தினருக்கு உதவியாக 20,000 வீரர்கள் அனுப்பப்பட்டிருக்கின்றனர். நாட்டின் மிக அபாயகரமான 20க்கும் மேற்பட்ட மாவோயிஸ்ட் தலைவர்களை உயிருடனோ பிணமாகவோ பிடிப்பது, இருபதாயிரத்

திற்கும் மேற்பட்ட ஆயுதம் தாங்கிய மாவோயிஸ்ட்டுகளை ஒழித்துக் கட்டுவது ஆகியனவே இக்கூட்டுப்படைகளின் நோக்கம்.

ராணுவ நடவடிக்கை தவிர மாவோயிஸ்ட்டுகளின் 'பிடி'யிலிருந்து நாட்டை மீட்பதற்கு அரசிடம் வேறு திட்டம் எதுவும் இருப்பதாகத் தெரியவில்லை. நக்சல் பிரச்சினையின் உண்மையான பரிமாணம் குறித்தத் தெளிவான புரிதல் அரசுக்கோ பாதுகாப்பு அமைப்புகளுக்கோ இருக்கிறதா என்பது விடை காண முடியாத ஒரு கேள்வி. கடந்த சில மாதங்களில் மாவோயிஸ்ட்டுகளும் அவர்களுக்கு ஆதரவான அமைப்புகளும் இணைந்து பல்வேறு வேலைநிறுத்த, முழு அடைப்புப் போராட்டங்களை வெற்றிகரமாக நடத்திக்காட்டியிருப்பதாக ஊடகச் செய்திகள் தெரிவிக்கின்றன. அப்போராட்டங்களில் சில 48 முதல் 72 மணிநேரம் வரை நீடித்திருக்கின்றன. பல பகுதிகளில் இயல்பு வாழ்க்கை முற்றாகப் பாதிக்கப்பட்டிருந்தது. கடைகளும் வர்த்தக நிறுவனங்களும் அடைக்கப்பட்டிருந்தன. சாலை, ரயில் போக்குவரத்துப் பெருமளவில் தடைபட்டது. மக்களின் ஒத்துழைப்பு இல்லாமல் இது சாத்தியப்பட்டிருக்க வாய்ப்பில்லை. மாவோயிஸ்ட்டுகளின் மிரட்டல்களுக்குப் பயந்தே மக்கள் அவர்களது போராட்டங்களில் பங்கெடுத்திருப்பதாக அரசுத் தரப்பில் சொல்லப்படுவதை எப்படிப் புரிந்துகொள்வது என்பதை 'மாவோயிஸ்ட் அபாயம்' குறித்து ஓயாமல் எச்சரித்துவரும் பிரதமரும் உள்துறை அமைச்சரும் தான் விளக்க வேண்டும்.

மாவோயிஸ்ட்டுகளிடமிருந்து மக்களைப் பாதுகாக்க முடியவில்லை என அரசு ஒப்புக்கொண்டுவிட்டது என்றுகூட இதற்கு விளக்கம் தர முடியும். ஆனால் வளர்ந்துவரும் 'மாவோயிச அபாயம்' குறித்துச் சமூக ஆர்வலர்கள், மனித உரிமைப் போராளிகள், பத்திரிகையாளர்கள், அறிவுஜீவிகள் எனப் பல தரப்பினரிடமிருந்தும் எழுந்திருக்கும் கேள்விகள் முக்கியமானவை. சுதந்திரம் பெற்று அறுபதாண்டுகளுக்கு மேலாகியும் பெரும்பான்மை மக்களுக்குச் சமூக நீதியையும் பாதுகாப்பான வாழ்க்கையையும் தர முடியாத அரசிடமிருந்து தெளிவான பதிலை, செயல் திட்டத்தைக் கோருபவை அவை.

சத்தீஸ்கர், ஜார்கண்ட், ஒரிசா ஆகிய மூன்று மாநிலங்களையும் ஆங்கில ஊடகங்கள் 'நக்சல் ஸ்டேட்ஸ்' எனக் குறிப்பிடுமளவுக்கு நிலைமை மோசமடைந்துள்ளது. நாட்டின் இதயம் என வர்ணிக்கப்படும் தண்டேவாடா பகுதியில் மட்டும் சுமார் 40,000 சதுர கி.மீ. பரப்பு மாவோயிஸ்ட்டுகளின் கட்டுப்பாட்டில் இருப்பதாகப் புள்ளிவிவரங்கள் தெரிவிக்

கின்றன. பீகார், மேற்கு வங்கம், மகாராஷ்டிரா ஆகிய மாநிலங்களில் மாவோயிஸ்ட்டுகள் பெரும் சக்தியாக உருவெடுத்து வருகிறார்கள். முன்பு மாவோயிஸ்ட்டுகளின் கோட்டையாகத் திகழ்ந்த ஆந்திரத்தில் அவர்களது செல்வாக்கு உயர்ந்து வருவதாகவும் தமிழகம் உள்ளிட்ட சில மாநிலங்களிலுங்கூட அவர்களுக்கு ஆதரவான மனநிலை உருவாகி வருவதாகவும் தகவல்கள் கூறுகின்றன. வெறும் சட்டம், ஒழுங்கு சம்பந்தப்பட்டதாக மட்டுமே இப்பிரச்சினையைப் பார்க்கும் அரசு, மாவோயிஸ்ட்டுகளை ஒடுக்கும் பொறுப்பை ஆயுதந்தாங்கிய குழுக்களிடம் விட்டுள்ளது நிலைமையைச் சிக்கலாக்கியிருக்கிறது.

2008இல் அமைக்கப்பட்ட அரசு சார்பான உண்மையறியும் குழு ஒன்று தலித்துகளும் பழங்குடியினருமே மாவோயிஸ்ட்டுகளின் ஆதரவு சக்திகளாக உள்ளனர் எனக் கூறியிருக்கிறது. வேறு பல ஆய்வுகளும்கூட இந்த உண்மையைச் சொல்லியிருக்கின்றன. இது நாட்டின் மொத்த மக்கள்தொகையில் 25 சதவிகிதத்திற்கும் கூடுதலாக உள்ள இம்மக்களின் பிரச்சினைகள் தொடர்ந்து புறக்கணிக்கப்பட்டு வருவதன் வெளிப்படையான அடையாளம். அம்மக்களின் வாழ்வாதாரம் சார்ந்த பிரச்சினைகளுக்காகப் போராடுவதே மாவோயிஸ்ட்டுகளுக்கு உருவாகியுள்ள மக்கள் ஆதரவின் அடிப்படை. இந்த உண்மையை ஒப்புக்கொள்ள மறுக்கும் அரசு, தந்திரமான வழிகளில் மாவோயிஸச் சிக்கலுக்குத் தீர்வுகாண முற்படுகிறது.

தண்டேவாடா பகுதியில் பழங்குடியினரையும் மாவோயிஸ்ட்டுகளின் அதிருப்தியாளர்களையும் கொண்டு உருவாக்கப்பட்ட 'சால்வா ஜுடும்' என்னும் அமைப்பு இதற்கு உதாரணம். பழங்குடியினரில் ஒரு பிரிவினருக்கு ஆயுதங்களை வழங்கி மாவோயிஸ்ட்டுகளுக்கு எதிராகப் போராட அரசு ஊக்குவித்தது. ஆனால் சால்வா ஜுடும் காவல் துறை உதவியுடன் மக்கள் விரோத அமைப்பாக வெகுவிரைவில் மாறியது. நக்சல் ஆதரவாளர்கள் எனச் சந்தேகிக்கப்படும் நூற்றுக்கணக்கான பழங்குடிக் கிராமங்களைச் சூறையாடியது இந்த அமைப்பு. அது உருவாக்கப்பட்ட நான்காண்டுகளுக்குள் 700க்கும் மேற்பட்ட பழங்குடிக் கிராமங்கள் சூறையாடப்பட்டுள்ளதாகத் தகவல்கள் தெரிவிக்கின்றன. அவற்றிலிருந்த பழங்குடி மக்களில் பலர் கொல்லப்பட்டனர், நூற்றுக்கணக்கானோர் சித்திரவதை செய்யப்பட்டு ஊனப்படுத்தப்பட்டுள்ளனர். பழங்குடி மக்களுக்குச் சொந்தமான வீடுகள் தீக்கிரையாகியுள்ளன. இதன் விளைவாக 50,000க்கும் மேற்பட்ட பழங்குடி மக்கள் அகதிகளாக்கப்பட்டு அரசு முகாம்களில் தங்கும்படிக் கட்டாயப் படுத்தப்பட்டுள்ளனர். தவிர 2,50,000 பேர் தம் வழக்கமான

வசிப்பிடங்களைத் துறந்துவிட்டு அடர்ந்த காடுகளுக்குள் தஞ்சம் புகுந்துள்ளனர். அச்சத்தாலும் பசியாலும் சூழப்பட்ட பாதுகாப்பற்ற வாழ்க்கையை வாழச் சபிக்கப்பட்ட இம்மக்களுக் குச் சொல்ல அரசிடம் ஒரு பதிலும் இல்லை. பிறகு அவர்கள் மாவோயிஸ்ட்டுகளின் இயல்பான ஆதரவு சக்திகளாக மாறி விடுகிறார்கள்.

வீச்சபால் என்பது தண்டேவாடாவின் சிறு கிராமம். ஒரு கட்டத்தில் அது மாவோயிஸ்ட்டுகளுக்கு எதிரான அரசின் போராட்டத்துக்கான களமாக இருந்துவந்தது. சால்வா ஜூடும் அமைப்பினர் அக்கிராமவாசிகளைத் தங்கள் அமைப்பில் சேருமாறு வற்புறுத்தினர். அவர்கள் மறுத்தனர். விளைவு வீச்சபால் சால்வா ஜூடும் அமைப்பினராலும் பாதுகாப்புப் படையினராலும் கடந்த மூன்று ஆண்டுகளுக்குள் 12 முறை எரியூட்டப்பட்டிருக்கிறது. கடந்த ஜூனில் தில்லியைச் சேர்ந்த சமூகவியல் பேராசிரியர் நந்தினி சுந்தரின் தலைமையில் உண்மையறியும் குழு ஒன்று இக்கிராமத்துக்குச் சென்று வந்தது. அதற்கான பதிலடிபோல் ஆகஸ்ட்டில் மறுபடியும் ஒருமுறை எரிக்கப்பட்டது வீச்சபால். ஜனநாயக ரீதியிலான தீர்வைத் தாங்கள் ஒருபோதும் அனுமதிக்கப் போவதில்லை என்பதுதான் சால்வா ஜூடும் அமைப்பினரும் பாதுகாப்புப் படையினரும் விடுத்துள்ள செய்தி. வீச்சபால் கிராமத்தின் பழங்குடி மக்கள் எரிக்கப்பட்ட ஒவ்வொருமுறையும் தம் வீடுகளைத் திரும்பக் கட்டினார்கள். ஆனால் மீண்டும் மீண்டும் அவை எரிக்கப்பட்டன. இப்போது அவர்கள் திரும்பக் கட்டு வதைக் கைவிட்டுவிட்டார்கள். பலர் பாதுகாப்புக் கருதி அடர்ந்த காடுகளில் வசிக்கத் தொடங்கியிருக்கிறார்கள். அங்குள்ள மாவோயிஸ்ட்டுகள் அவர்களுக்கு ஆயுதங்களைக் கொடுக்கிறார்கள். அந்த ஆயுதங்கள் பாதுகாப்புப் படையினரிட மிருந்தும் காவல் துறையிடமிருந்தும் பறிக்கப்பட்டவை.

பழிவாங்கும் நடவடிக்கைகளில் இறங்கிய அரசு நிர்வாகம், அக்கிராமத்திற்கான மின் இணைப்பைத் துண்டித்தது. அங்கு இயங்கிய இரண்டு அரசுப் பள்ளிகள் சால்வா ஜூடும் அமைப் பினரால் எரிக்கப்பட்ட பிறகு, பழங்குடிக் குழந்தைகளின் கல்வி முற்றாகப் பாதிக்கப்பட்டிருக்கிறது. சுகாதாரத்துறை யால் மேற்கொள்ளப்பட்டுவந்த வாராந்திர மருத்துவ முகாம் கள் நிறுத்தப்பட்டுவிட்டன. நியாய விலைக்கடைகள் இழுத்து மூடப்பட்டுவிட்டன. வீச்சபால் கிராமத்தில் பசித்த வயிறு களுடன் நிர்வாணமாக அலைந்து திரியும் குழந்தைகளைப் பார்த்ததாக அங்குச் சென்றுவந்த பத்திரிகையாளர்கள் சொல் கிறார்கள். அரசின் இத்தகைய பயங்கரவாதச் செயல்கள்

ஜனநாயக அமைப்புகள் மீதும் அவை சார்ந்த நடைமுறைகள் மீதுமான மக்களின் நம்பிக்கையைப் பலவீனப்படுத்துபவை. நடப்பிலுள்ள 'பாராளுமன்ற ஜனநாயகம் போலி ஜனநாயகம், அரசு மக்கள் விரோதமானது' என்பன போன்ற மாவோயிஸ்ட்டு களின் பிரச்சாரத்திற்கு அரசின் பழிவாங்கும் நடவடிக்கைகள் வலுவூட்டுவது ஆச்சரியமானதல்ல.

துணை ராணுவப் படையினரும் எல்லைப் பாதுகாப்புப் படையினரும் மேற்கொண்ட லால்கர் மீட்பு நடவடிக்கைக்கு மாவோயிஸ்ட்டுகள் தந்த பதிலடியைப் பாருங்கள். செப்டம்பரில் லால்கர் பகுதியில் ரோந்துப் பணியில் ஈடுபட்டிருந்த பாது காப்புப் படையினர், பாஸ்பர் என்னும் பழங்குடிக் கிராமத் தைச் சேர்ந்த லாலு துபு என்னும் சிறுவனைப் பிடித்து மாவோயிஸ்ட்டுகள் எங்கே ஒளிந்திருக்கிறார்கள் என்பதைச் சொல்லச் சொல்லி வற்புறுத்தினார்கள். அவர்களிடம் சொல் வதற்கு அந்த அப்பாவிச் சிறுவனிடம் பதில் இருக்கவில்லை. ஆத்திரமுற்ற பாதுகாப்புப் படையினர் அவனைத் துன்புறுத்தி யிருக்கிறார்கள். அதைக் கண்டு பதறிப்போன பழங்குடிப் பெண் ஒருவர் அவனைக் காப்பாற்ற முன்வந்திருக்கிறார். பாதுகாப்புப் படையினர் அவரைக் கடுமையாகத் தாக்கியிருக் கின்றனர். அக்கிராமத்தைச் சேர்ந்த மற்றவர்கள் அவர்களுக் காகத் திரண்டு வந்ததைக் கண்ட பாதுகாப்புப் படையினர் உடனே அங்கிருந்து சென்றுவிட்டனர். பதற்றமடைந்த மக்கள் தம்மால் தேர்ந்தெடுக்கப்பட்ட கத்தபகரி பஞ்சாயத்துத் தலைவ ரிடம் முறையிட அவரது அலுவலகத்தை நோக்கிச் சென்றிருக் கிறார்கள்.

தமக்குப் பாதுகாப்புக் கோரி அரசியல் சாசனப்படி உருவாக்கப்பட்ட ஜனநாயக அமைப்பிடம் முறையிடச் சென்ற பழங்குடி மக்கள்மீது பாதுகாப்புப் படை, கண்ணீர்ப் புகைக் குண்டுகளை வீசியது. அவர்களில் பெரும்பாலோர் பெண்கள். ஆண்கள் காவல் துறை வேட்டைக்குப் பயந்து ஏற்கனவே காடுகளில் தஞ்சம் புகுந்திருந்தார்கள். சிதறியோடிய பழங்குடிப் பெண்களைக் கடுமையாகத் தாக்கியிருக்கிறது, பழங்குடி மக்களை மாவோயிஸ்ட்டுகளிடமிருந்து பாதுகாப்பதாகச் சொல்லிக்கொண்டு லால்கருக்குள் நுழைந்திருந்த பாதுகாப்புப் படை.

தப்பியோடிய பெண்களில் சிலர் பஞ்சாயத்து அலுவலகத் திற்குள் தஞ்சம் புகுந்திருக்கிறார்கள். துரத்தி வந்த பாதுகாப்புப் படையினர் அவர்கள்மீது ஈவிரக்கமில்லாமல் தடியடி நடத்தி, சிக்கிய 14 பெண்களைக் கைதுசெய்து வாகனத்தில் ஏற்றி

மருத்துவமனைக்குக் கொண்டுசெல்வதாக ஏமாற்றி அழைத்துச் சென்று லால்கர் காவல் நிலையத்தில் ஒப்படைத்திருக்கிறார்கள். காவல் துறை அவர்களைக் கேஸ்பூர் கொண்டுசென்று இரவு முழுவதும் அடைத்து வைத்திருந்து மறுநாள் ஜார்கிராம் நீதிமன்றத்தில் ஆஜர்படுத்தியது. அரசுக்கெதிராக யுத்தம் தொடுத்ததாக அப்பெண்கள்மீது வழக்குத் தொடரப்பட்டு அவர்கள் அனைவரும் மிட்னாபூர் மத்திய சிறைசசாலையில் அடைக்கப்பட்டார்கள்.

இதைச் செய்தது மார்க்சிஸ்ட் முதல்வர் புத்ததேவ் பட்டாச்சார்யா தலைமையிலான இடதுசாரி அரசாங்கம் என்பது ஒரு நகைமுரண். ‘ஏழைகளின் அரசாங்கம்’ மாவோ யிஸ்ட்டுகளுக்கெதிரான யுத்தம் என்னும் பெயரில் வறுமையில் உழலும் பழங்குடி மக்கள் மீது யுத்தம் தொடுத்திருக்கிறது. 14 பழங்குடிப் பெண்கள் (அவர்களில் ஒருவருக்கு 70 வயது) தம் கையிலிருந்த மூன்று அம்புகளைக்கொண்டு ‘அரசுக்கெதிராக யுத்தம்’ தொடுத்ததாகச் சொல்கிறது புத்ததேவின் காவல் துறை. மாவோயிஸ்ட்டுகளுக்கெதிராகக் ‘கம்யூனிஸ்ட்’ அரசாங்கம் மேற்கொண்ட ‘ஆபரேஷன் க்ரீன் ஹண்ட்’டின் லட்சணம் இது.

ஆனால் மாவோயிஸ்ட்டுகள் அரசின் தடுமாற்றங்களைச் சரியானபடிப் பயன்படுத்திக்கொண்டார்கள். 40க்கும் மேற்பட்ட ஆயுதம் தாங்கிய மாவோயிஸ்ட்டுகள் லால்கரின் சங்க்ரெயில் காவல் நிலையத்தின் மீது தாக்குதல் நடத்தி, அங்கிருந்த இரண்டு காவல் துறையினரைச் சுட்டுக்கொன்றுவிட்டு ஒரு அதிகாரியைக் கடத்திச் சென்றிருந்தார்கள். காவல் நிலையத்தைத் தாக்கிய மாவோயிஸ்ட்டுகள் அருகிலிருந்த தேசியமயமாக்கப் பட்ட வங்கி ஒன்றைச் சூறையாடிப் பதிமூன்று லட்ச ரூபாய்ப் பணத்தையும் அள்ளிச் சென்றிருக்கிறார்கள். நடுப்பகல் ஒரு மணிக்கு மிகத் துணிச்சலாக மேற்கொள்ளப்பட்ட இத்தாக்கு தலைக் கண்டு புத்ததேவ் அரசு விதிர் விதிர்த்துப் போயிருக்க வேண்டும். நான்கு மாதங்கள்வரை நீடித்த ஆபரேஷன் க்ரீன் ஹண்ட் இவ்வளவு பரிதாபமாய் அம்பலப்பட்டுப் போகும் என்பதைப் புத்ததேவ் கொஞ்சம்கூட எதிர்பார்த்திருக்க மாட்டார். ‘செய்தி’யைக் கேள்விப்பட்ட துணைப் பாதுகாப்புப் படையினர் மிகத் தாமதமாக மாலை 5 மணிக்கு வந்திருக்கிறார் கள். அதற்குள் உள்ளூர் மக்கள் அங்கே திரண்டிருந்தார்கள். நிலை குலைந்து போன படை அந்த இடத்தில் வேடிக்கை பார்ப்பதற்காகத் திரண்டிருந்த அப்பாவி மக்களைக் கண்மூடித் தனமாகத் தாக்கியது.

தாக்குதலைத் தொடுத்த மாவோயிஸ்ட்டுகளின் அரசியல் தலைமைக் குழு உறுப்பினர் கிஷேன்ஜி, அப்போது நாட்டின் 24 மணிநேரச் செய்திச் சானல்களின் நேரடி ஒளிபரப்புகளில் தொலைபேசியின் மூலம் உரையாடிக்கொண்டிருந்தார். கடத்தப் பட்ட சங்க்ரெய்ல் காவல் நிலைய அதிகாரியை விடுதலை செய்யக் கிஷேன்ஜி விதித்த ஒரே நிபந்தனை, கைதுசெய்யப் பட்ட பாஸ்பர் கிராமப் பழங்குடிப் பெண்கள் 14 பேரும் விடுவிக்கப்பட வேண்டும் என்பதுதான். சிறையிலிருக்கும் மாவோயிஸ்ட் உயர்மட்டத் தலைவர்களை விடுதலை செய்ய வேண்டும் என்பது அவர்களது நிபந்தனையாக இல்லாமல் போனது அரசுக்கு நிச்சயம் ஏமாற்றமளித்திருக்கும். மற்றொரு கந்தகர் நிகழ்வு என ஊடகங்கள் இதை வர்ணித்தன. இது மாநில அரசின் பிரச்சினை என ஒதுங்கிக்கொண்டார் மத்திய உள்துறை அமைச்சர் ப. சிதம்பரம். கிஷேன்ஜியும் மற்ற சில மாவோயிஸ்ட் தலைவர்களும் கடத்தப்பட்ட காவல் துறை அதிகாரியைச் செய்தியாளர்களிடம் ஒப்படைத்து, பதிலுக்கு 14 பழங்குடிப் பெண்களைப் பெற்றுக்கொண்ட காட்சியைத் தொலைக்காட்சிகளின் நேரடி ஒளிபரப்புகளில் பார்த்துப் புத்ததேவ் தன் அரசின் கையாலாகாத்தனத்தை நொந்துகொள் வதைத் தவிர வேறு என்ன செய்திருக்க முடியும்? கிஷேன்ஜி யைக் கைதுசெய்ய முடியாதது ஒரு பக்கம் இருக்கட்டும், இந்தப் பரிமாற்றம் எங்கே நடந்தது என்பதைக்கூட அரசால் கண்டுபிடிக்க முடியவில்லை.

மாவோயிஸ்ட்டுகளே பழங்குடி மக்களின் பாதுகாவலர்கள் என்னும் படிமம் இந்த நிகழ்வின் மூலம் மேலும் அழுத்தம் பெற்றிருக்கிறது. ஆபரேஷன் க்ரீன் ஹண்ட் விட்டுச் சென்றிருக் கும் மோசமான சித்திரங்கள் இதோடு முடிந்துவிடவில்லை. நான்கு மாதகால யுத்தத்தில் புத்ததேவ் அரசு மாவோயிஸ்ட்டு களுடன் பெற்றுள்ள வெற்றிக்குப் பிறகு லால்கர் முற்றாகத் தனிமைப்பட்டுக்கிடக்கிறது.

பள்ளிகளில் பெரும்பாலானவை மூடிக்கிடக்கின்றன. பாதுகாப்புப் படையினரால் ஆக்கிரமிக்கப்பட்ட 19 பள்ளிகளில் 5 மட்டுமே அரசிடம் திரும்ப ஒப்படைக்கப்பட்டிருக்கின்றன. தொடக்கப் பள்ளிகளில் சில திறந்திருந்தாலும் பணிக்கு வர ஆசிரியர்களிடையே அச்சம் நிலவுகிறது. லால்கரில் இரவு தங்குவதற்குத் தயங்கும் பேருந்து ஓட்டுநர்கள் தம் பாதையை மாற்றிக்கொண்டிருக்கிறார்கள். லால்கரின் சுகாதார மையங்கள் தற்போது ராணுவ முகாம்களாக மாறியிருக்கின்றன. மருத்துவர் கள் யாரும் அங்குச் செல்வதில்லை. சிகிச்சைக்காக மிட்னாபூர் செல்ல வேண்டிய நிர்ப்பந்தத்தில் இருக்கும் லால்கர் மக்கள்,

உடல்நலக் குறைவு காரணமாக மரணத்தைத் தழுவ வேண்டிய அவல நிலை ஏற்பட்டுள்ளது. அங்கன் வாடிப் பள்ளிகள் மூடிக்கிடப்பதால் ஒருங்கிணைந்த ஊட்டச்சத்துத் திட்டம் கிடப்பில் போடப்பட்டுள்ளது. லால்கரில் உள்ள மக்கள் தேசியக் கிராமப்புற வேலை உத்திரவாதத் திட்டத்தின் உறுப்பினர் அட்டைகளை வைத்துக்கொண்டிருக்கிறார்கள், ஆனால் அத்திட்டத்தின் கீழ் வேலை வழங்குவதற்கு ஆள் இல்லை.

வளர்ச்சிப் பணிகளை மேற்கொள்வதற்கு மாவோயிஸ்ட்கள் தடையாய் இருக்கிறார்கள் எனச் சொல்லி நியாயப்படுத்துவது சரியான வாதம் அல்ல. ஜார்கண்ட்டில் குடியரசுத் தலைவர் ஆட்சி அமல்படுத்தப்பட்ட பிறகு, கடந்த இரண்டு மூன்று மாதங்களில் மாநில நிர்வாகம் மாவோயிஸ்ட்டுகளின் கட்டுப் பாட்டுப் பகுதிகளில் மேற்கொண்ட வளர்ச்சி, நலத் திட்டப் பணிகளுக்கு அவர்கள் எந்த இடையூறும் விளைவிக்கவில்லை என்பதைத் *தெகல்கா*வுக்கு அளித்த பேட்டியொன்றில் உள்துறை அமைச்சர் ப.சிதம்பரம் ஒப்புக்கொண்டிருக்கிறார்.

நிலைமையை நேரில் கண்டறிவதற்கு யாருக்கும் அனுமதி யில்லை. மனித உரிமை இயக்கங்கள் லால்கர் செல்ல அனுமதிக் கப்படுவதில்லை என்கிறார் இந்தியப் புள்ளியியல் கழகப் பேராசிரியர் பார்த்தோ ராய். லால்கரில் இப்போது நடப்பது ராணுவ ஆட்சிதான் என்கிறார்கள் நிலைமையை அறிந்த பத்திரிகையாளர்கள். கூட்டுப்படையினரின் ஓயாத ரோந்து லால்கரை முடக்கியுள்ளது. கண்காணிப்பின்போது யாரிட மாவது சந்தேகப்படும்படி ஒரு அசைவு தென்பட்டாலும் சுடுகிறார்கள். ஆயுதம் ஏந்திய மாவோயிஸ்ட்டுகள் யாரும் அவர்களது பார்வைக்குத் தென்படாதபோதும் அவர்கள் பதுங்கியிருப்பதாகத் தாம் நம்பும் காடுகளின் அடர்ந்த இருளுக்குள் இலக்கின்றிச் சுட்டுக்கொண்டிருக்கிறார்கள்.

ஜனநாயக உரிமைகள் மறுக்கப்படுவதால் சட்டபூர்வமான போராட்டங்களுக்கும் ஜனநாயக வழியிலான எதிர்ப்பு இயக்கங் களுக்கும் வேலையில்லாமல் போய்விட்டது. சமீபத்தில் காவல் துறைச் சித்திரவதைகளுக்கெதிரான மக்கள் கமிட்டி என்னும் அமைப்பு ஜனநாயகப் பாதையைக் கைவிட்டுவிட்டு வரும் காலங்களில் ஆயுதந்தாங்கிப் போராடப் போவதாக அறிவித் திருக்கிறது. சாத்ரகார் மகட்டோ தலைமையிலான இவ்வமைப்பு 2008 முதல் காவல் துறை அத்துமீறல்களுக்கெதிராக ஜனநாயக வழியில் பெரும் கிளர்ச்சிகளை நடத்தியது. பழங்குடி மக்கள் மீதான சட்ட விரோத, காவல் துறை அத்துமீறல்களைக்

கைவிடுமாறு இவ்வமைப்பு அரசைக் கோரியது. அரசு ஆயுதங் களின் துணைகொண்டு அந்த அமைப்பை நசுக்க முயன்றது. விளைவு ஜனநாயகவழியில் செயல்பட விரும்பிய சிவில் அமைப்பு ஆயுதப் போராட்டத்தை அறிவிக்கும் நிலைக்குத் தள்ளப்பட்டிருக்கிறது.

அக்டோபரில் இந்த அமைப்புதான் ராஜதானி எக்ஸ் பிரஸைச் சிறைப்பிடித்தது. இப்போது மகட்டோ கைதுசெய்யப் பட்டிருக்கிறார். மாவோயிஸ்ட்டுகளுடன் தொடர்புகொண் டிருந்ததாகவும் பெரிய அளவிலான வன்முறைகளின் மூலம் மேற்கு வங்க அரசைச் சீர்குலைக்க முயன்றதாகவும் காவல் துறை குற்றம் சாட்டியிருக்கிறது. கைதுசெய்யப்படும் மாவோ யிஸ்ட்டுகள் சித்திரவதை செய்யப்படுவதாகவும் குற்றம் சுமத்தப் பட்டவர்களுக்குச் சட்டபூர்வமாக அளிக்கப்படும் உரிமைகள் மறுக்கப்படுவதாகவும் எழுந்துள்ள விமர்சனங்களை அரசு பொருட்படுத்தவில்லை.

இவற்றைத் தவிரப் பிரதமர் குறிப்பிடும் ‘மாவோயிசப் பயங்கரவாத’த்தின் வேர்களைக் கண்டறியும் முயற்சியில் அரசு துளிகூட அக்கறை காட்டவில்லை.

ஜார்கண்ட்டிலும் சத்தீஸ்கரிலும் உள்ள கனிம வளங்களைச் சுரண்டுவதற்கு அரசு பன்னாட்டு நிறுவனங்களுடன் செய்து வரும் ஒப்பந்தங்கள் அம்மாநில மக்களின், குறிப்பாகப் பழங்குடி மக்களின், நலன்களுக்கு எதிரானவை என்பதைப் பலரும் சுட்டிக்காட்டியிருக்கிறார்கள். பழங்குடி மக்களின் வாழ்வாதாரம் வளர்ச்சியின் பெயரால் பலியிடப்படுவதை ஒரு பொருட்படுத் தத்தக்க விஷயமாகவே ஆட்சியாளர்கள் கருதவில்லை. அவர் களுடைய நிலங்கள் உரிய இழப்பீடின்றி அபகரிக்கப்பட்டு வருவதாலும், வன வளங்கள் கொள்ளையிடப்படுவதாலும் தம் வாழ்வாதாரங்களை இழந்து கொடிய வறுமையின் பிடியில் சிக்கியிருக்கும் பழங்குடி மக்களின் பிரச்சினைகளைப் பேசுவதற்கு யாருமே முன் வராததாலும்தான் அவர்கள் மாவோயிஸ்ட்டு களை ஆதரிக்கிறார்கள். தேர்ந்தெடுக்கப்படும் அரசுகள் பழங் குடிகள், தலித்துகளின் வாழ்நிலையை மேம்படுத்த அக்கறை காட்டாததால் அவர்கள் ஜனநாயகத்தின் மீது நம்பிக்கையிழந்து வருகிறார்கள். தம் உரிமைகளுக்காகப் போராடும் அடித்தட்டு மக்கள்மீது அரசுகள் ஏவிவிடும் அடக்குமுறைகளிலிருந்து ஓரளவுக்காவது அவர்களைப் பாதுகாப்பது மாவோயிஸ்ட்டுகள் தாம்.

வளர்ந்து வரும் மாவோயிஸ அபாயத்துக்கு அடிப்படைக் காரணம் சத்தீஷ்கர், ஜார்கண்ட், பீகார், ஒரிசா ஆகிய மாநிலங்

களில் பழங்குடிகள், குறு, சிறு விவசாயிகளின நிலங்கள் அபகரிக்கப்படுவதுதான் என்கிறார் மூத்த பத்திரிகையாளரான பிரேம் ஷங்கர் ஜா. சாலைகள், மின் நிலையங்கள், சுரங்கங்கள் அவை சார்ந்த கனரகத் தொழிற்சாலைகள் அமைப்பதற்காகத் தேவைப்படும் ஏராளமான நிலங்களைப் பறிமுதல் செய்யும் அரசு அவர்களது மறுவாழ்வுக்கான திட்டங்களில் கொஞ்சம் கூட அக்கறை காட்டுவதில்லை. கனிம வளங்களை வெட்டி யெடுப்பதற்காக அரசிடம் அனுமதி பெற்ற தனியார் நிறுவனங் களும் அரசும் சொற்ப இழப்பீட்டைக் கொடுத்து ஏழை விவசாயிகளை ஏமாற்றப் பார்க்கின்றன. விவசாயிகள் தம் வாழ்வாதாரங்களைக் காப்பாற்றிக்கொள்ள ஆயுதம் ஏந்த வேண்டிய கட்டாயத்தை உருவாக்கியது இந்தக் கூட்டணிதான்.

ஏழை விவசாயிகள், பழங்குடிகள், தலித்துகள் முன்வைக்கும் கோரிக்கைகளின் நியாயத்தைப் புறக்கணித்து அவர்கள்மீது அடக்குமுறையைக் கட்டவிழ்த்துவிடுவதன் மூலம் மக்களிட மிருந்து அந்நியப்பட்டு அவர்களது கோபத்துக்கு ஆளாகியிருக்கும் அரசு விவசாயிகளின் பிரச்சினைகள் தீர்க்கப்படாதவரை வளர்ச்சி சாத்தியமல்ல என்னும் எளிய உண்மையைக்கூட உணரவில்லை.

விவசாயிகளின் எதிர்ப்புக் காரணமாக நந்திகிராமில் அமையவிருந்த ரசாயனத் தொழிற்சாலை கைவிடப்பட்டது ஒரு முக்கியமான உதாரணம். ஒரிசாவில் அமையவிருந்த ஸ்டீல் ஆலைகளும் சிங்கூரில் அமையவிருந்த டாடா நானோ கார் தொழிற்சாலையும் விவசாயிகளின் கடும் எதிர்ப்பு காரண மாகக் கைவிடப்பட்டன. மிகப் பிரபலமான லட்சுமி மிட்டல் நிறுவனம் ஜார்கண்ட்டிலும் ஒரிசாவிலும் 24 மில்லியன் டன் உற்பத்தித் திறனுள்ள ஸ்டீல் ஆலைகளை நிறுவத் திட்டமிட் டிருந்தது. பழங்குடிகள், விவசாயிகளின எதிர்ப்பால் அத் திட்டத்தைக் கைவிடுவதாக மிட்டல் சில வாரங்களுக்கு முன்பு அறிவித்தார். 2007இல் 60,000 மெகாவாட் திறன்கொண்ட அனல் மின் உற்பத்தி நிலையத்தை அமைக்கத் தனியார் நிறுவனமொன்று எடுத்த முயற்சியும் நிலக்கரிப் பற்றாக்குறை யால் கைவிடப்பட்டது. சுரங்கங்கள் அமைப்பதற்கு அனுமதி பெற்றிருந்த பல தனியார் நிறுவனங்களால் விவசாயிகளின் கடும் எதிர்ப்புக் காரணமாகக் கனிம வளமுள்ள நிலங்களைப் போதிய அளவுக்குக் கையகப்படுத்த முடியவில்லை என்பதே நிலக்கரிப் பற்றாக்குறை ஏற்படுவதற்கான மூல காரணம்.

நிலமிழந்தவர்களுக்கு நியாயமான இழப்பீடு வழங்கவும் பாதுகாப்பான மறுவாழ்வுப் பணிகளை மேற்கொள்ளவும்

அரசு முக்கியத்துவம் கொடுத்திருந்தால் இந்த நஷ்டங்களைத் தவிர்த்திருக்க முடியும். ஆனால் வளர்ச்சிக்காகப் பழங்குடியினர், விவசாயிகள் நலன்களைப் பலியிடத் துணிந்துள்ள அரசு அடக்குமுறையைக் கையிலெடுத்திருக்கிறது.

பழங்குடிகள், தலித்துகள், சுரண்டலுக்குள்ளான விவசாயிகளின் கூட்டணியை முன்னிறுத்தி ஒரு புரட்சியை நடத்த மாவோயிஸ்ட்டுகள் முற்பட்டிருக்கிறார்கள். சத்தீஷ்கர், ஜார்கண்ட், ஒரிசா, பீகார், ஆந்திரப் பிரதேசம், மகாராஷ்டிர மாநிலங்களைச் சேர்ந்த நாட்டின் மொத்த நிலப்பரப்பில் மூன்றிலொரு பங்குப் பிரதேசத்தை விடுவித்து அதைத் தம் தளப்பிரதேசமாக்குவதை உடனடி அரசியல் திட்டமாகக் கொண்டிருக்கும் மாவோயிஸ்ட்டுகள் அப்பகுதிகளில் வசிக்கும் பழங்குடி மக்களையும் தலித்துகளையும் சிறு விவசாயிகளையும் ஆயுததாரிகளாக்கும் பணியில் முனைந்திருப்பதைப் பற்றிய செய்திகள் சில ஆங்கிலப் பத்திரிகைகளில் வெளியிடப்பட்டிருக்கின்றன. கடந்த மூன்று நான்காண்டுகளுக்குள் மாவோயிஸ்ட்டுகளின் ஆயுதப்படையில் உள்ள வீரர்களின் எண்ணிக்கை 40 சதவிகிதம் உயர்ந்திருப்பதாகவும் அவர்களுக்குப் பயிற்சியளிப்பதற்காக நாட்டின் பல்வேறு மாநிலங்களில் 80க்கும் மேற்பட்ட மையங்களை அவர்கள் உருவாக்கியிருப்பதாகவும் தகவல்கள் கிடைத்திருக்கின்றன. கடந்த சில ஆண்டுகளில் காவல் நிலையங்களை மாவோயிஸ்ட்டுகள் சூறையாடி ஆயுதங்களைப் பறித்த பல சம்பவங்கள் நிகழ்ந்துள்ளன. தவிர வங்கிகளைக் கொள்ளையடித்தல், தம் கட்டுப்பாட்டுப் பகுதியிலுள்ள சுரங்க முதலாளிகள், தொழிலதிபர்களிடம் மேற்கொள்ளும் கட்டாய வரிவசூல்கள் ஆகியவற்றின் மூலம் சேர்த்த பெருந்தொகையைக்கொண்டு ஆயுதங்களை வாங்கிக் குவித்துக் கொண்டிருக்கிறார்கள்.

மாவோயிஸ்ட்டுகள் ஒரு தீர்மானகரமான தாக்குதலுக்குத் தயாராகக்கூடும் என்னும் அச்சம் காரணமாகவே பிரதமர் அவர்களை அபாயகரமானவர்கள் எனக் குறிப்பிட்டிருக்கிறார். ஆனால் கண்ணுக்குத் தெரியாத வேறு பல அபாயங்களைக் குறித்துப் பிரதமர் கவலைப்படவில்லை.

அமைப்பின் மீது நம்பிக்கையை உருவாக்குவதற்கான குறைந்தபட்சத் தகுதிகளைக்கூட இழந்துவரும் அரசியல்வாதிகள்தாம் மாவோயிஸ்ட்டுகளின் இருப்புக்கு நியாயம் கற்பித்திருப்பவர்கள். மத்திய இந்தியாவின் கனிம வளங்களைச் சுரண்டிப் பல்வேறு முறைகேடுகளின் மூலம் பல்லாயிரம் கோடி ஊழலில் ஈடுபட்ட ஜார்கண்ட்டின் முன்னாள் முதல்வர்

மதுகோடா, கிரிமினல் வழக்குகளில் தண்டனை பெற்ற சிபுசோரன் போன்ற அரசியல்வாதிகளை உதாரணம்காட்டி மாவோயிஸ்ட்டுகள், 'பாராளுமன்றம் பன்றித் தொழுவம்' எனவும் 'பாராளுமன்ற ஜனநாயகம் போலி ஜனநாயகம்' என்றும் சொல்லும்போது அரசுக்குக் கோபம் வருகிறது. மாவோயிஸ்ட்டுகளுக்கெதிராக நாளிதழ்களில் விளம்பரம் கொடுக்குமளவுக்கு அதன் நிலை பரிதாபமாகியிருக்கிறது. ஆனால் இது போன்ற பிரச்சாரங்களாலோ ராணுவ நடவடிக்கை களாலோ மாவோயிஸ்ட் அபாயத்தை முடிவுக்குக்கொண்டு வந்துவிடலாம் என நினைப்பது அபத்தமான கற்பனை. கடந்த முப்பதாண்டுகளில் நக்சலைட்டுகள் தலைமறைவு இயக்கமாகவே செயல்பட்டு வந்திருக்கிறார்கள். பெரிய அளவிலான கருத்துப் பிரச்சாரங்களை மேற்கொள்வதற்கான வாய்ப்புகளற்ற நிலை யிலுங்கூட அரசின் அடக்குமுறைகளை எதிர்கொண்டு வளர்ந்து வந்திருக்கிறது 'உள்நாட்டுப் பாதுகாப்புக்குப் பெரும் அச்சுறுத்தலாக' மாறியிருக்கும் அந்தச் சக்தி.

பேச்சுவார்த்தைகள் மூலமும் வளர்ச்சித் திட்டங்களை அடித்தட்டு மக்களுக்குக் கொண்டுசெல்வதாலும் மட்டுமே மாவோயிஸ்ட் பிரச்சினைக்குத் தீர்வுகாண முடியும் என்பதை அரசு நம்ப மறுக்கிறது. நவம்பரில் மத்திய இந்தியப் பழங்குடி மக்கள்மீது போர் தொடுப்பதற்காக 75,000 துணை ராணுவப் படையினரை அனுப்பப்போவதாகச் சொல்கிறார்கள். அரசின் தாக்குதல் நடவடிக்கைகளால் அதிருப்தியுற்றிருக்கும் மக்களைச் சண்டைக்கு அழைக்கும் நடவடிக்கை இது. அவர்களது வாழும் உரிமையைப் படை பலத்தைக்கொண்டு நசுக்குவதன் மூலம் அரசு அவர்களை மேலும் மேலும் மாவோயிஸ்ட்டுகளின் பக்கம் தள்ளுகிறது.

ஒருபக்கம் தாக்குதல் நடவடிக்கைகளைத் தொடர்ந்து கொண்டே அரசு பேச்சுவார்த்தைக்கும் அழைக்கிறது. மாவோ யிஸ்ட்டுகள் ஆயுதங்களைக்கூடக் கீழே போட வேண்டாம், வன்முறையைக் கைவிட்டால் போதும் என்கிறார் உள்துறை அமைச்சர் ப.சிதம்பரம். ஆனால் பேச்சுவார்த்தைகளால் எதிர்பார்க்கப்படும் பலன் விளையும் எனத் தோன்றவில்லை. மாவோயிஸ்ட்டுகளின் நிபந்தனைகள் இந்திய ஆளும் வர்க்கங் களின் நலனுக்கும் பன்னாட்டு நிறுவனங்களின் நலன்களுக்கும் எதிரானவை என்பது தெளிவு. அவர்கள் அமைப்பை அடியோடு மாற்ற விரும்புகிறார்கள். துப்பாக்கிக் குழலிலிருந்தே அதிகாரம் பிறக்கும் என்னும் மாவோவின் கோட்பாட்டின் மேல் நம்பிக்கை வைத்துள்ள இந்திய மார்க்சிஸ்ட் – லெனினிஸ்ட் இயக்கங்களின் புதிய கூட்டமைப்பான மாவோயிஸ்ட் அமைப்பு

மாவோவின் வழியில் கிராமங்களைக் கைப்பற்றி நகரங்களைச் சுற்றிவளைப்பதன் மூலம் அதிகாரத்தைக் கைப்பற்றுவதைத் தம் அரசியல் செயல் திட்டமாகக் கொண்டிருக்கிறார்கள்.

ஆனால் மாவோயிஸ்ட்டுகளின் இந்தத் திட்டம் காலாவதியாகிப் போன ஒன்று என்னும் விமர்சனங்கள் எழுந்திருக்கின்றன. மாவோயிஸ்ட்டுகள் நகர்ப்புற உழைக்கும் மக்கள், நடுத்தர வர்க்கத்தினரின் பங்களிப்பைக் கணக்கிலெடுத்துக்கொள்ளவில்லை. இது மிக மோசமான விளைவுகளை உருவாக்கும். பழங்குடி மக்களையும் தலித்துகளையும் பயங்கரவாதிகள் என அடையாளப்படுத்தித் தனிமைப்படுத்துவதும் அழித்தொழிப்பதும் அரசுக்கு எளிது என்பதை அவர்கள் உணரவில்லை. குறிப்பான திட்டம் எதுவுமற்ற சாகச நடவடிக்கையாக மாவோயிஸ்ட்டுகளின் அரசியல் குறுகிவிடும் வாய்ப்பு இருக்கிறது. ஜனநாயக வழிமுறைகளில் நம்பிக்கையிழந்து அவற்றிலிருந்து முற்றாக விலகியிருக்கும் அவ்வமைப்பு பொதுச் சமூகம் எதிர்கொண்டுள்ள அரசியல் பொருளாதார நெருக்கடிகள் சார்ந்த உரையாடல்களில் குறுக்கிடும் வாய்ப்புகளற்றுத் தனிமைப்படுத்தப்பட்டிருக்கிறது. உலக அளவில் சமூகப் பொருளாதார மட்டத்திலும் அரசியல் சமன்பாடுகளிலும் நிகழ்ந்துள்ள மாற்றங்களை அவர்கள் கணக்கிலெடுத்துக் கொள்ளவில்லை.

சாரு மஜூம்தாருக்குப் பிறகு இந்தியக் கம்யூனிஸ்ட் கட்சி (மார்க்சிஸ்ட் – லெனினிஸ்ட்)க்குள் நடந்த தத்துவார்த்தப் போராட்டங்களிலிருந்தும் அவற்றின் விளைவான பிளவுகளிலிருந்தும் மாவோயிஸ்ட்டுகள் பாடம் கற்றுக்கொண்டதாகவே தெரியவில்லை. பெரும்பான்மைச் சமூகத்தோடு எந்தத் தொடர்புமற்ற ஒரு கட்சியால் எந்த மாதிரியான புரட்சியை நடத்திவிட முடியும்?

நக்சல்பாரி எழுச்சி தோற்றுவித்த நம்பிக்கையை மார்க்சிய லெனினிய இயக்கங்கள் தம் இடது தீவிரவாதப் போக்குகளால் சிதைத்திருக்கின்றன. இவ்வளவுக்கும் நக்சல்பாரி இயக்கம் பல தரப்பினரது ஆதரவையும் பெற்றிருந்தது. ஜனநாயகவாதிகள் மனித உரிமை ஆர்வலர்கள் அறிவுஜீவிகள் எனப் பலர் அந்த இயக்கத்தால் ஊக்கம்பெற்றனர். ஆனால் அவர்கள் மக்கள் திரள் இயக்கங்களை அறவே புறக்கணித்தனர். ஜனநாயக ரீதியான வழிமுறைகளை ஒரு போர்த் தந்திரமாகக் கடைபிடிக்கக்கூட அவர்களால் முடியவில்லை. நகர்ப்புறப் பாட்டாளி வர்க்கத்தைப் புறக்கணித்ததால் அவர்களால் தொழிற்சங்க இயக்கத்துக்கு முக்கியத்துவம் கொடுக்க முடியவில்லை. பெண்

ணியம், தலித்தியம் போன்ற நவீனக் கருத்தியல்களை அவர்களால் புரிந்துகொள்ளவே முடியவில்லை.

சென்ற நூற்றாண்டின் முக்கிய அரசியல் நெருக்கடிகளுக்குக் காரணமான தேசிய இனப் பிரச்சினைகளை அவர்கள் காலாவதியாகிப்போய்விட்ட தத்துவப் பின்புலத்திலிருந்து பார்த்தார்கள். உலகமயமாக்கலை அதன் முழுமையான கூறுகளோடு பரிசீலித்து எதிர்வினையாற்றுவதற்குப் பதில் அதை வெறுமனே முதலாளித்துவத்தின் உச்சநிலையாகவே பார்த்தார்கள். உலக மார்க்சிய இயக்கங்களில் நடைபெற்ற விவாதங்களை அவர்கள் உள்வாங்கிக்கொள்ளவில்லை. அழித்தொழிப்பை ஒரு அரசியல் நடவடிக்கையாக முன்வைத்த 'மக்கள்யுத்த'க் குழுவிலிருந்து பிரிந்துசென்றவர்கள்கூட இடது தீவிரவாதப் போக்கிலிருந்து முற்றாக விடுபட முடியாத அளவுக்குத் தனிநபர் அழித்தொழிப்பு வாதம் செல்வாக்குப் பெற்றிருந்தது.

தமிழகத்தில் எழுபதுகளின் இறுதியில் மார்க்சிஸ்ட் – லெனினிஸ்ட் இயக்கங்களில் ஏற்பட்ட பிளவுக்கு இது முக்கியக் காரணம். விரிவான மக்கள் திரள் இயக்கங்களைக் கட்டியெழுப்புவதன் தேவையைப் புரிந்துகொண்ட சில குழுக்கள் உருவாயின. வெகுசன இயக்கங்கள், பத்திரிகைகள் போன்றவற்றோடு ஜனநாயகரீதியில் அவர்கள் முன்னெடுத்த நடவடிக்கைளை ஒடுக்க முடியாமல் அரசு திணறியது. குறிப்பாக ஆந்திராவில் இயங்கிய பல மனித உரிமைக் குழுக்கள் நக்சலைட்டுகளுக்கு ஆதரவாகக் குரல் கொடுத்தன. ஆனால் அமைப்பு அவற்றைப் பயன்படுத்திக்கொள்ளவில்லை.

போலீஸ் அடக்குமுறைக்கெதிரான மக்கள் கமிட்டி ஆயுதம் தாங்கிய போராட்டத்தை முன்னெடுக்கப்போவதாக வெளியிட்டுள்ள அறிவிப்பு மாவோயிஸ்ட்டுகளின் இடது தீவிரவாதப் போக்குக்குச் சரியான உதாரணம். சட்டபூர்வமான வாய்ப்புகளைப் பயன்படுத்திக் கொள்வதற்கும் வெகுசன ஆதரவைத் திரட்டுவதற்குமான வாய்ப்புகளை இதன் மூலம் மாவோயிஸ்ட்டுகள் இழந்துள்ளனர். மகாட்டோவை விடுதலை செய்வதற்காக ரயிலைக் கடத்துமளவுக்குத் தீவிரமாகச் செயல்பட்ட அமைப்புக்குத் தலைமறைவாவதைத் தவிர வேறு வழியுமில்லை. மகாட்டோ நீதிமன்ற நடவடிக்கைகளை எதிர்கொண்டிருக்கலாம். அதன் மூலம் விரிவான பிரச்சாரத்தை மேற்கொள்வதற்கும் வாய்ப்புக் கிடைத்திருக்கும். ரயில் கடத்தல் நடவடிக்கைகள் மாவோயிஸ்ட்டுகளை மக்கள் திரளிலிருந்து அந்நியப்படுத்துவதற்கே உதவும். மக்கள் விரோதிகளாக அவர்

களைச் சித்தரிப்பதற்கு அரசுக்குத் துணை போயிருக்கிறார்கள் மாவோயிஸ்ட்டுகள்.

வங்கிகளைக் கொள்ளையடிப்பது, சுரங்க முதலாளிகளை மிரட்டி வரி வசூல் செய்வது போன்ற நடவடிக்கைகளால் மாவோயிஸ்ட்களின் அரசியல் அறம் கேள்விக்குள்ளாகியிருக் கிறது. ஆயுதங்கள் வாங்குவதற்காகவும் தம் கட்டுப்பாட்டுப் பகுதிகளில் மக்கள் நலத் திட்டங்களை மேற்கொள்வதற்காகவுமே இது போன்ற வழிகளில் பணம் திரட்டுவதாகச் சொல்லி மாவோயிஸ்ட் தலைவர்கள் அவற்றை நியாயப்படுத்துகிறார்கள். கடந்த சில ஆண்டுகளில் சால்வா ஜூடும் அமைப்பின் நூற்றுக் கணக்கான உறுப்பினர்கள் மாவோயிஸ்ட்டுகளால் கொல்லப் பட்டிருக்கிறார்கள். பழங்குடிகளைக்கொண்டு அரசால் இது போன்ற ஒரு அமைப்பை உருவாக்க முடிந்திருப்பது குறித்த கேள்விகளை மாவோயிஸ்ட்களால் எதிர்கொள்ள முடியவில்லை. உளவு பார்த்ததாகக் குற்றம் சுமத்தி அப்பாவிப் பழங்குடி மக்களில் பலரைக் கொன்றிருப்பதாக அவர்கள்மீது சில மனித உரிமை அமைப்புகள் குற்றம் சுமத்தியிருக்கின்றன. மாற்றுக் கருத்துகளைச் சகித்துக்கொள்ள முடியாத போக்குதான் மாவோயிஸ்ட்கள் தம் சொந்த மக்கள்மீது தாக்குதல் நடத்துவ தற்குக் காரணம். இந்தப் போக்குதான் கடந்த காலங்களில் மார்க்சிஸ்ட் – லெனினிஸ்ட் இயக்கங்களில் ஏற்பட்ட பல பிளவுகளுக்கும்கூடக் காரணமாக இருந்தது.

தம் வாழ்வாதாரப் பிரச்சினைகளுக்கு ஆயுதப் போராட்டம் மட்டுமே தீர்வாக இருக்க முடியும் எனப் பழங்குடி மக்கள் கருதுவதாக அவர்கள் கட்டமைத்திருக்கும் கருத்தியல் பழங்குடி மக்களை மீள முடியாத நெருக்கடிக்குள் தள்ளியிருக்கிறது. பழங்குடி மக்களின் நலனுக்காகப் போராடுவதாகக் கூறிக் கொள்ளும் அமைப்பு அவர்களின் முக்கியக் கோரிக்கைகளைக் குறித்துப் பேசுவதற்காக உள்துறை அமைச்சர் ப. சிதம்பரம் விடுத்திருக்கும் அழைப்பை ஏன் ஏற்க முடியவில்லை என்னும் கேள்வியைப் பொருட்படுத்தாமலிருக்க முடியவில்லை.

பழங்குடி மக்களின் பிரச்சினைகளை இந்த அமைப்புக்குள் தீர்க்க முடியாது என நம்பவைப்பதன் மூலம் மாவோயிஸ்ட்டு கள் அவர்களைத் தம் அரசியல் திட்டத்திற்கான பகடைக்காய் களாகப் பயன்படுத்திக்கொண்டிருக்கிறார்கள். வன்முறையைக் கைவிட்டால் வன உரிமை, நிலம் கையகப்படுத்துதல், சிறப்புப் பொருளாதார மண்டலங்கள் அமைத்தல், கனிம நிறுவனங் களுக்கு வழங்கப்பட்டுள்ள உரிமம் போன்ற பழங்குடியினரின் பிரச்சினைக்குக் காரணமான விஷயங்களைக் குறித்துப்

பேசுவதற்கு அரசு தயாராக இருப்பதாக உள்துறை அமைச்சர் சொல்வதைப் பரிசீலிக்க மறுப்பது விவேகமான அரசியல் பார்வை அல்ல. அரசுடன் நடத்தும் யுத்தத்தில் அப்பாவிப் பழங்குடி மக்கள் பலியிடப்படுவதற்கான வாய்ப்புகளே அதிகம். ஒரு முழுமையான சுயபரிசோதனைக்கு மாவோயிஸ்ட்டு கள் தங்களை இன்னமும் தயார்படுத்திக்கொள்ளவில்லை என்றே தோன்றுகிறது.

இப்போது அரசு தாக்குதல் நடவடிக்கைகள் மூலம் அவர்களைத் தனிமைப்படுத்த முயல்கிறது. காடுகளைவிட்டு வெளியே நடமாட முடியாதபடி அவர்களை முடக்கிப் போட்டிருக்கிறது. காவல் துறையினர் மீதும் தமக்கு எதிரான பழங்குடி மக்கள்மீதும் அவர்கள் நடத்திவருகிற தாக்குதல்களை முன்வைத்து அரசு அவர்களை அழித்தொழிப்பதற்கான ஒப்புதலைச் சட்டத்திடமிருந்தும் பொதுச்சமூகத்திடமிருந்தும் எளிதாகப் பெற்றுக்கொள்ள முடியும். மாவோயிஸ்ட்டுகளை ஒடுக்குவதற்கு ராணுவத்தைப் பயன்படுத்தும் திட்டம் எதுவும் இல்லை என உள்துறை அமைச்சரும் பாதுகாப்பு அமைச்சரும் திரும்பத் திரும்பச் சொல்லி வருகிறார்கள். எனினும் அசாதாரண மான நிலைமைகளில் அதற்கான வாய்ப்புகள் இருப்பதை அவர்கள் மறுக்கவில்லை.

அமெரிக்காவைப் போல, இலங்கையைப் போல 'பயங்கர வாதத்திற்கெதிரான இறுதி யுத்தம்' என்னும் பெயரில் அரசு தாக்குதல் தொடுக்கலாம். மாவோயிஸ்ட்டுகளின் ஆதரவுப் பகுதியில் உள்ள பழங்குடியினர், தலித்துகள் எல்லோரையுமே மாவோயிஸ்ட்டுகள் என முத்திரை குத்தி அழித்தொழிப்பதைப் பற்றி அரசு அதிகம் யோசிக்கும் எனத் தோன்றவில்லை. சுற்றுச்சூழல் பிரச்சினைகளுக்காக வளர்ச்சியைப் பலியிட முடியாது என அறிவித்த பிரதமரால் பழங்குடிகளுக்காக வளர்ச்சியைப் பலியிட முடியாது எனச் சொல்வதற்கு வெகு நேரம் ஆகாது. மாவோயிச அபாயம் என்பதை சிங் மேலோட்ட மான அர்த்தத்தில் உச்சரிக்கவில்லை. நவம்பர் அல்லது டிசம்பரில் பெரும் தாக்குதல்களை நடத்த அரசு திட்டமிட்டிருக்கிறது என அரசியல் பார்வையாளர்கள் கருதுகிறார்கள். ஆளில்லாத தேடுதல் விமானங்களையும் அமெரிக்காவின் செயற்கைக் கோளையும் பயன்படுத்தி மாவோயிஸ்ட்டுகளின் மறைவிடத் தைக் கண்டுபிடிக்க அரசு முயல்வதாகவும் தகவல்கள் வந்துள்ளன.

பழங்குடியினர், தலித்துகளுக்காகக் குரல் கொடுத்துவரும் அமைப்புகளின் விமர்சனங்களை எதிர்கொள்வது சார்ந்த தயக்கம் அரசுக்கு இருக்கும் என்பதை மறுப்பதற்கில்லை.

மாவோயிஸ்ட் வேட்டையை ஒரு முழு அளவிலான யுத்தமாக நடத்த வேண்டிய தேவை இருக்காது என்றே அரசு நம்புகிறது. அது பல்வேறு நிலைகளில் நீண்ட கால அடிப்படையில் மேற்கொள்ளப்பட வேண்டிய நடவடிக்கையாக இருக்கும் என்பதை அரசு வட்டாரங்கள் உணர்ந்துள்ளபோதிலும் ஒரு முடிவான தாக்குதலுக்கான தயாரிப்புகளை மேற்கொண்டு வருகிறது.

இது நிலைமையை மேலும் மேலும் சிக்கலாக்கலாம். மக்கள்தொகையில் 80 சதவிகிதத்திற்கும் மேலானவர்கள் வறுமைக்கோட்டைவிட்டு வெளியே வர முடியாமல் திணறிக் கொண்டிருக்கும் நிலையில் மாவோயிஸ்ட்டுகள் அவர்கள் மீதான விமர்சனங்களை மீறி ஒரு மாற்று அரசியல் சக்தியாக உருவெடுப்பதற்கு வாய்ப்புகள் இருக்கின்றன. நேபாளம் இதற்குச் சரியான உதாரணம். அரசுக்கும் மாவோயிஸ்ட்டுகளுக்கு மிடையே ஒரு இறுதி யுத்தம் நடக்குமானால் அதன் விளைவு கள் கற்பனை செய்ய முடியாத அளவுக்குப் பயங்கரமாக இருக்கும் என்பதை யூகிப்பதற்கு நமக்குப் பல உதாரணங்கள் இருக்கின்றன.

உலக அளவில் மார்க்சிய இயக்கங்கள் பெரும் பின்னடைவு களைச் சந்தித்துள்ள நிலையில், இந்தியாவில் மாவோயிஸ்ட்டு கள் செல்வாக்குப் பெற்றுவருவதற்கு அரசின் சமூகப் பொருளா தாரக் கொள்கைகளே காரணம். அதிகாரப் பரவலாக்கத்தின் மூலம் ஜனநாயகத்தை வலுப்படுத்துவதும் வளர்ச்சியின் பலன் களை நியாயமாகப் பங்கிட்டுக் கொள்வதன் மூலம் சமூக நீதியை நிலை நிறுத்துவதுமே ஜனநாயக அரசின் முன்னுள்ள உடனடிக் கடமைகள் என்பதைப் பிரதமர் உணர வேண்டும். அதைச் சாதிக்காதவரையில் பிரதமர் மன்மோகன் சிங்குக்கும் உள்துறை அமைச்சர் ப.சிதம்பரத்துக்கும் வளர்ச்சி ஒரு கனவாகவும் மாவோயிஸ அச்சுறுத்தல் என்பது ஒரு கொடுங் கனவாகவுமே இருக்கும்.

டிசம்பர், 2009

ஒழுக்கம் என்னும் தந்திரம்

ஒரு பின்னிரவுத் தொலைபேசி அழைப்பு வழியாகத்தான் மிகப் புகழ்பெற்ற நித்தியானந்தா – ரஞ்சிதா படக்காட்சிகள் *சன் தொலைக்காட்சியின்* செய்தி அலைவரிசையில் ஒளிபரப்பாகிக் கொண்டிருந்ததைத் தெரிந்துகொண்டேன். உடனடியாகத் தொலைக்காட்சியைப் பார்க்கும் வசதி அப்போது நான் தங்கியிருந்த இடத்தில் இல்லாததால் என்னால் அன்றைய இரவு அந்தப் படக்காட்சிகளைப் பார்க்க முடியவில்லை. வாய்ப்பைத் தவற விட்டுவிட்ட வருத்தம் இருந்தாலும் இணையதளங்களில் அவை காணக் கிடைக்கும் என்னும் நம்பிக்கையில் என்னை நானே தேற்றிக்கொண்டேன். ஆனால் அதற்கான தேவையே இல்லாமல் அடுத்த இரண்டு மூன்று நாள்கள் – முதலமைச்சர் கருணாநிதியின் கண்டனத்தைத் தொடர்ந்து அந்த ஒளிபரப்பு நிறுத்தப் படுவதுவரை – இடைவிடாது அந்தக் காட்சிப் பதிவு களை ஒளிபரப்பிக்கொண்டிருந்தது *சன் தொலைக்காட்சி*.

மறுநாள் அந்தக் காட்சிகளுக்குச் செய்தி அந்தஸ்துக் கிடைத்திருந்தது. 'ஆபாசமான, தமிழ்க் கலாச்சாரத்திற்கு எதிரான' அந்தக் காட்சிகளை மனைவி மக்களுடன் உட்கார்ந்து கூச்சப்படாமல் பார்ப்பதற்கு அந்த அந்தஸ்து தான் உதவியது. எனக்கு அந்தக் காட்சிப் பதிவுகள் ஆபாசமானவையாய், பாலியல்ரீதியில் கிளர்ச்சியூட்டக் கூடிய சக்தியுள்ளவையாய்த் தென்படவில்லை. தமிழ் சினிமாவின் பாடல் காட்சிகளில் பல இதைவிடச் சக்தி வாய்ந்தவை. நவீனத் தகவல் தொடர்புக் கட்டமைப்புப் போர்னோவைப் பாமரனுக்கும் கொண்டு சேர்த்திருக்கிறது. நித்தியானந்தா – ரஞ்சிதா படக்காட்சிப் பதிவுகள் எந்த வகையிலும் பாலியல் ரீதியில் கிளர்ச்சியூட்டக்கூடியவை

யல்ல என்பது அவற்றில் சிலவற்றோடு பரிச்சயம் உள்ள எவரும் ரகசியமாக ஒப்புக் கொள்ளக்கூடிய உண்மை. ஆனால் அது எனக்கு வேறொரு வகையில் முக்கியமானதாகவும் கிளர்ச்சியூட்டக்கூடியதாகவும் இருந்தது. காவி நிறமுடைய ஒழுக்கத்தின் கொடி கிழிந்து தொங்குவதைப் பார்க்கும்போது ஏற்பட்ட கிளர்ச்சி அது.

ஓரிரு வாரங்களுக்கு முன்னால் கிழிந்து தொங்கிய ஒழுக்கத்தின் மற்றொரு கொடி மார்க்சிஸ்ட்டுகளுக்குச் சொந்த மான அரிவாள், சுத்தியல், நட்சத்திரம் பொறிக்கப்பட்ட சிவப்புக்கொடி. சிவப்பும் காவியும் ஒரே குடும்பத்தைச் சேர்ந்த நிறங்களா என எனக்குத் தெரியாது. ஆனால் இவ்விரு தரப் பினரின் ஒழுக்கப் பார்வைகளும் அடிப்படையில் ஒன்றுதான் என்பதை உணர்த்துபவையாயிருந்தன மார்க்சிஸ்ட் கட்சியின் மூத்த தலைவர்களில் ஒருவரும் தொழிற்சங்கவாதியுமான உ.ரா. வரதராசனின் தற்கொலையும் அது தொடர்பாக உருவான விவாதங்களும்.

உ.ரா. வரதராஜனைத் தற்கொலைக்குத் தூண்டிய காரணி களில் முதன்மையானது ஒழுக்கம் சார்ந்து அவரும் கட்சியும் கொண்டிருக்கும் பழமைவாதக் கண்ணோட்டம் தான்.

வரதராஜனுக்கும் விழுப்புரத்தில் அவருடைய மனைவி சரஸ்வதி நடத்திய சேவை இல்லத்தில் பணிபுரிந்த ஒரு பெண்ணுக்குமிடையே ‘தொடர்பு’ இருந்ததாகவும் அதுபற்றி அவர் மனைவி, ஜனநாயக மாதர்சங்கத்தைச் சேர்ந்த வாசுகி, வழக்கறிஞர் சுதா ராமலிங்கம் ஆகியோரது உதவியுடன் கட்சிக்குப் புகார் செய்ததாகவும் அதன் பேரில் விசாரணை நடத்திய மூன்று உறுப்பினர் குழுவின் அறிக்கையின்படி கட்சியின் மாநில அமைப்பு செய்த பரிந்துரையின் பேரில் அரசியல் தலைமைக்குழு அவரைக் கட்சிப் பொறுப்புகளிலிருந்து ‘விடுவித்த’தாகவும் சொல்லப்படுகிறது. கட்சியின் ஒழுங்கு நடவடிக்கைகளால் மனம் உடைந்துபோன வரதராஜன் தன் குடும்பத்தினருக்குச் சில கடிதக் குறிப்புகளை எழுதி வைத்து விட்டுக் காணாமல் போனார். பத்து நாட்களுக்குப் பிறகு அவரது சடலம் உருக்குலைந்த நிலையில் போரூர் ஏரியில் கண்டெடுக்கப்பட்டது.

ஈழப்பிரச்சினைக்குப் பின்னர் அதற்கிணையான பரபரப்பு முக்கியத்துவமுடைய செய்திகள் கிடைக்காமல் அல்லாடிக்கொண்டிருந்த ஊடகங்களுக்கு வரதராஜனின் தற்கொலையும் அதோடு தொடர்புடையதாகக் கருதப்படும்

பாலியல் அம்சங்களும் கைகொடுத்தன. வரதராஜன் ஒரு பிரபலமான அரசியல் தலைவர் என்பது பரபரப்பைக் கூட்ட உதவும் என அவை யூகித்தன. வரதராஜன் காணாமல் போனதன் பின்னணி பற்றியும் அவர் குடும்பத்தினருக்கு எழுதிவைத்த கடிதக் குறிப்புகள் பற்றியும் செய்திக் கட்டுரைகள் வெளியிட்ட *நக்கீரன்* விறுவிறுப்பும் மர்மங்களும் நிரம்பிய புனைவுகளாக அந்தச் செய்திக் கட்டுரைகளை மாற்ற முயன்றது.

ஊடகங்களில் கசிந்த உண்மைகள் மார்க்சிஸ்ட் கட்சிக்குப் பெரும் நெருக்கடியை ஏற்படுத்தின. மார்க்சிஸ்ட் கட்சியின் விமர்சகர்களிடமிருந்து – அவர்களில் பெரும்பாலோர் இடது சாரிச் சார்பு கொண்டவர்கள் அல்லது பின்நவீனத்துவ அறிவு ஜீவிகள் – கட்சியின் பழமைவாதக் கண்ணோட்டமே வரதராஜனைத் தற்கொலைக்குத் தூண்டியது எனவும் பாலியல் விவகாரங்களை அணுகுவதிலும் ஆண் – பெண் உறவு தொடர் பான சிக்கல்களை எதிர்கொள்வதிலும் கட்சி நிலவுடைமை மதிப்பீடுகளையே பின்பற்றி வருவதுதான் வரதராஜன் போன்ற மூத்த தலைவர்கள் வாழ்வின் இயல்பான நெருக்கடிகளில் ஒன்றான பாலியல் நெருக்கடிகளை எதிர்கொள்ள முடியாமல் தற்கொலை முடிவை நோக்கித் தள்ளப்பட்டதற்குக் காரணம் எனவும் விமர்சனங்கள் எழுந்தன.

'ஏன் தோழா இப்படிச் செய்தாய்? இன்னும் கொஞ்சம் பொறுமையைக் கடைப்பிடித்திருக்கலாமே' என்கிற ரீதியில் மார்க்சிஸ்ட் கட்சியின் கலாச்சாரக் காவலர் ச. தமிழ்ச்செல்வன் மறைந்த வரதராஜனின் ஆவியுடன் இணையத்தின் வழியாகக் கண்ணீர் மல்க உரையாடிக்கொண்டிருந்தார். கேள்வியெழுப் பியவர்களைப் பார்த்து இது தன் கட்சியின் சொந்த விஷயம் என ஆத்திரப்பட்டார் தமிழ்ச்செல்வன். வரதராஜன் காணாமல் போனது தொடர்பான செய்திகளை வெளியிட்ட *தினமலர்* அவர் ஆன்மிகத்தில் அதிக நாட்டம்கொண்டவர் எனவும் மன அமைதிக்காக ஹரித்துவார், பத்ரிநாத், கேதார்நாத் போன்ற புண்ணியத்தலங்களுக்குப் போயிருக்கக்கூடும் எனவும் அவரைத் தேடிக் காவல் துறையினர் அங்கெல்லாம் போயிருப்பதாகவும் ஒரு செய்திக் குறிப்பை வெளியிட்டது. மார்க்சியத்தின் மீது மதிப்புக்கொண்டவன் என்ற ரீதியில் அந்தச் செய்தி உண்மை யாக இருக்கக் கூடாதென விரும்பினேன். மார்க்சிஸ்ட் தலைவர் கள் அந்தச் செய்திக்கு மறுப்புத் தெரிவிப்பார்கள் என்று நினைத்தேன். ஆனால் கண்ணுக்குத் தெரிந்து அப்படி எதுவும் நடக்கவில்லை. தோழர் வரதராஜன் தன் வீட்டினருக்கு எழுதிய கடிதமொன்றில் 'மயிர்நீப்பின் வாழாக் கவரிமா

அன்னார் உயிர்நீப்பர் மானம் வரின்' என்னும் திருக்குறளை மேற்கோள் காட்டியிருந்தார். மார்க்சிஸ்ட்கள் பகுத்தறிவுவாதிகளாகவும் நவீனத்துவக் கண்ணோட்டமுடையவர்களாகவும் இருக்க வேண்டும் என எதிர்பார்ப்பதுகூட ஒரு வகையான மூட நம்பிக்கைதான்.

குறளைப் போற்றும் தமிழ்த் தேசியவாதிகளே இந்தக் குறளை மேற்கோள் காட்டத் தயங்கும் காலகட்டத்தில் புரட்சிகரமான ஒரு கோட்பாட்டைத் தன் வழிகாட்டும் தத்துவமாக ஏற்றுக்கொண்டிருக்கும் மார்க்சிஸ்ட் கட்சியின் மூத்த தலைவர் ஒருவர் தன் மரணசாசனமாக அதை மேற்கோள் காட்டியிருப்பது கட்சி பின்பற்றும் ஒழுக்க மதிப்பீடுகளுக்கான அடையாளம் எனக்கொள்வதில் தவறில்லை. ஆண் – பெண் உறவு சார்ந்த சிக்கல்கள், பாலியல் சுதந்திரம், குடும்ப அமைப்பு போன்ற விஷயங்களில் கட்சி நிலவுடைமை மதிப்பீடுகளையே கொண்டுள்ளது. 'நாம் வாழ்வது ஐரோப்பியச் சமூகத்தில் அல்ல, தமிழ்நாட்டில் தமிழர்களைத்தான் அணி திரட்ட வேண்டியிருக்கிறது. உடன்பாடு இல்லையென்றாலும் ஒரு தந்திரோபாயமாகவேனும் அவற்றைப் பின்பற்றியாக வேண்டும்' என உ.ரா. வரதராஜன் தற்கொலை தொடர்பாக எழுதிய குறிப்பொன்றில் தெரிவித்திருக்கிறார் முற்போக்கு எழுத்தாளர்கள், கலைஞர்கள் சங்கத்தின் பொதுச் செயலாளரும் எழுத்தாளருமான ச. தமிழ்ச்செல்வன். தான் நம்புகிற, போதிக்கிற ஒரு விஷயத்தை நடைமுறையில் பின்பற்ற முடியாத பலவீனத்தைக் காட்டிலும் தான் நம்பாத ஒரு விஷயத்தை நம்புவதாகச் சொல்லி ஏமாற்றும் தந்திரம் மோசமானது. ஒரு வகையில் இந்தத் தந்திரோபாயத்துக்குத்தான் உ.ரா. வரதராசன் பலியிடப்பட்டிருக்கிறார்.

பொதுச் சமூகம் நடைமுறை சார்ந்து நிலவுடைமை மதிப்பீடுகளுக்கெதிராகவும் அவற்றை மீறியும் இயங்கிக்கொண்டிருக்கும்போது மார்க்சிஸ்ட் கட்சி தந்திரோபாயம் என்ற போர்வையில் அவற்றைக் காப்பாற்ற முயல்கிறது. சமூக அமைப்பை அடியோடு மாற்றுவதைப் பற்றிப் பேசிக்கொண்டிருக்கும் மார்க்சிஸ்ட்கள், சமூகத்தின் நம்பிக்கைகளைக் கேள்விக்குள்ளாக்குவதோடு அதன் பழமைவாத நடைமுறைகளில் குறுக்கீடுகளை நிகழ்த்துவதை விட்டுவிட்டு மற்ற பூர்ஷ்வா அரசியல் கட்சிகளைப்போலத் தந்திரமாக அவற்றைப் பின்பற்றுவது எந்த வகையான புரட்சி எனத் தெரியவில்லை.

கட்சிக்கு நவீன வாழ்வின் நெருக்கடிகள் சார்ந்தோ சமூக மாற்றத்தில் கட்சியின் பங்களிப்பு சார்ந்தோ எவ்விதமான

புரிதலும் இல்லை என்றே இதை அர்த்தப்படுத்திக்கொள்ள வேண்டும். கடுமையான அமைப்புவிதிகளைப் பின்பற்றும் கம்யூனிஸ்ட் கட்சிகள், ஊழியர்கள் தம் தனி அடையாளங்களைக் காப்பாற்றிக்கொள்வதற்கு ஒருபோதும் அனுமதித்ததில்லை. அவற்றின் முழுநேர ஊழியர்கள் கட்சியின் நிலைப்பாடுகளைப் பிரச்சாரம் செய்யும், கட்சி இடும் கட்டளைகளைச் சிரமேற்கொண்டு செயல்படுத்தும் பணிவான ஊழியர்களாக இருக்கும்வரைதான் கட்சியில் நீடித்திருக்க முடியும் என்பது எதார்த்தம். கட்சியின் முடிவுகளைக் கேள்விக்குட்படுத்துபவர்கள் கட்சிக்குள்ளேயே தனிமைப்படுத்தப்படுவதும் வெளியேற்றப்படுவதும் அன்றாட நடைமுறைகளாக இருப்பதைக் கம்யூனிஸ்ட் கட்சிகளில் செயல்பட்ட பலரும் சுட்டிக்காட்டியிருக்கிறார்கள். விமர்சனம், சுயவிமர்சனம் போன்ற வார்த்தைகள் வெறுமனே கட்சியின் கொள்கை விளக்க அறிக்கைகளில் இடம்பெற்றுவரும் அலங்காரச் சொற்களாக அர்த்தமிழந்து போயிருக்கின்றன.

உண்மையில் கட்சி மக்களிடமிருந்து எதையுமே கற்றுக்கொள்ளவில்லை. மக்களின் வாழ்வியல், பண்பாட்டுக்கூறுகளில், சிந்தனைகளில் ஏற்பட்டுவரும் மாற்றங்களில் கட்சிக்கு எந்தப் பங்களிப்பும் இல்லை. கடந்த இருபது ஆண்டுகளில் தமிழ்ச் சமூகத்தில் நடைபெற்றுவரும் விவாதங்களோடு கட்சிக்கு எந்த உறவுமில்லை. பெண்ணியவாதிகள், ஒருபாலுறவினர், அரவானிகள், பாலியல் தொழிலாளர் போன்ற மைய நீரோட்ட அமைப்புக்கு எதிரான செயல்பாடு கொண்டவர்களிடம் உறவை ஏற்படுத்திக்கொள்ளவோ அவர்களது போராட்டங்களில் பங்கெடுக்கவோ கட்சி அக்கறை காட்டியதற்குச் சான்றுகள் எவையும் இல்லை. இந்த விஷயத்தில் திருக்குறளையும் கண்ணகியையும் போற்றும் தமிழகக் கட்சிகளின் தலைவர்களே பின்பற்றத் துணியாத ஒழுக்க நெறிகளை மார்க்சிஸ்ட் கட்சி தன் அணிகளின் மீது திணித்து வருகிறது. பாலியல் நெருக்கடிகள், ஆண் – பெண் உறவுச் சிக்கல்களை ஆராய்ந்த அறிவுலக, படைப்புச் செயல்பாடுகளைக்கூடக் கட்சியின் பண்பாட்டுப் பிரிவுகள் பொருட்படுத்தியதற்கு ஆதாரமில்லை. ஜானகிராமன், தாஸ்த்தயேவ்ஸ்கி போன்ற மாபெரும் எழுத்தாளர்களைக் கட்சிசார் மார்க்சிஸ்ட்கள் சீரழிந்துபோன முதலாளிய, ஏகாதிபத்தியச் சார்பாளர்கள் என விமர்சித்தார்கள்.

ஒரு கட்டத்தில் வரதராஜன் கொலைசெய்யப்பட்டதாக *மக்கள் தொலைக்காட்சி* ஒரு யூகத்தைக் கிளப்பியது. *ஜூனியர் விகடன்* இதழிலும் அப்படியொரு கட்டுரை வெளியிடப்பட்டது.

வரதராஜன் தற்கொலை உருவாக்கியிருந்த பதற்றத்திலிருந்து விடுபடாத மார்க்சிஸ்ட் தொண்டர்கள் *மக்கள் தொலைக்காட்சி* அலுவலகத்தைத் தாக்க, அதைப் பரபரப்புச் செய்தியாக்கியது மக்கள் தொலைக்காட்சி. இந்தத் தாக்குதல்களில் அதற்குக் குறைவான சேதமே ஏற்பட்டதாகச் சொல்லப்படுகிறது. பெண்கள் மூவர் உட்படத் தனது பணியாளர்கள் சிலர் 'படுகாயமடைந்த'தாக ஒரு பிரச்சாரத்தைக் கட்டவிழ்த்துவிட்டது *மக்கள் தொலைக்காட்சி*. ஆனால் காரியத்தில் கண் கொண்ட பாமகவினர் இந்தப் பிரச்சாரத்தோடு திருப்தியடையாமல் மார்க்சிஸ்ட் அலுவலகத்தைத் தாக்கினர். மார்க்சிஸ்ட் கட்சி அலுவலகத்துக்கும் அந்த வளாகத்தில் நிறுத்திவைக்கப்பட்டிருந்த வாகனங்களுக்கும் பலத்த சேதாரங்களை ஏற்படுத்தியிருந்தார்கள் பாமகவினர். மார்க்சிஸ்ட்கள் தம் 'புரட்சிகர வன்முறை'யை இடம் பார்த்து நடத்தியிருக்க வேண்டும். இரு தரப்பிலும் சிலர் கைதுசெய்யப்பட்டதோடு வரதராஜன் கொலை பற்றிய விவாதங்கள் முடிவுக்கு வந்துவிட்டன.

இப்போது எல்லாக் கண்களும் நித்தியானந்தாவை நோக்கி. தமிழ் அறிவுலகவாதிகளில் பலர் நித்தியானந்தா விவகாரம் குறித்து ஊடகங்களில் அல்லது வலைத்தளங்களில் கருத்துத் தெரிவித்துக்கொண்டிருக்கிறார்கள். சிலவற்றில் நித்தியானந்தா வின் பாலியல் தேவைகளுக்குப் பின்னால் உள்ள நியாயங்களைக் குறித்த உரையாடல்களும் ரஞ்சிதாவின் மீதான அனுதாபங் களும் இடம் பெற்றிருக்கின்றன. விவேகமான, ஓரளவு ஆரோக் கியமான இந்த விவாதங்களை வளர்த்தெடுத்துச் செல்வதற்கு ஊடகங்கள் விரும்பவில்லை.

முன்தினம்வரை நித்தியானந்தாவின் கட்டுரைத் தொடரை வெளியிட்டுக்கொண்டிருந்த குமுதம் நிறுவனத்தின் *ரிப்போர்ட்டர்* உடனடியாகத் அவரது அத்யந்த சீடர்களில் ஒருவரான சாரு நிவேதிதாவை வைத்து 'சரசம், சல்லாபம், சாமியார் . . .' என ஒரு தொடரை ஆரம்பித்துவிட்டது (ஜாலி, ஜாலி, ஜாலி). 'இரண்டாம் ஆட்ட' நாயகனுக்கு இப்போது தன் கற்பை நிரூபித்தாக வேண்டிய நெருக்கடியை நித்தியா னந்தா ஏற்படுத்தியிருக்கிறார். *ஜூனியர் விகடனி*ல் தன்னை ஒரு 'வுமனைசர்' எனப் பெருமையாகச் சொல்லிக்கொண்ட சாரு, தன் வலைத்தளத்தில் வுமனைசர் என்ற அந்தச் சாதாரண ஆங்கில வார்த்தைக்கு அர்த்தமே தெரியாது என எழுத வேண்டிய அளவுக்கு ஒழுக்கத்தின் கொடி பட்டொளி வீசிப் பறந்துகொண்டிருக்கிறது. ஒரு பக்கம் தன் மனைவியை நித்தியா னந்தாவிடமிருந்து பத்திரமாக மீட்டாக வேண்டும். மற்றொரு

புறம் தன் கற்பையும் காப்பாற்றிக்கொண்டு *ரிப்போர்ட்டருக்குக்* கட்டுரைத் தொடரும் எழுதியாக வேண்டும். சாரு பாவம்.

நித்தியானந்தாவின் ஆசிரமத்துக்குப் போய்வந்த நடிக, நடிகையர்கள் இப்போது சந்தேகிக்கப்படுகிறார்கள். ஆனால் யாருக்குமே நித்தியானந்தா செய்த தவறு என்ன என்பதைச் சொல்ல முடியவில்லை. காவல்துறைக்கேகூட நித்தியானந்தா வின் மீது எந்தப் பிரிவுகளின் மீது வழக்குப் பதிவுசெய்வது என்பதில் தெளிவில்லை. யாரிடமிருந்தாவது கற்பழிப்பு அல்லது மோசடிப் புகார் பெற முடியுமா என யோசித்துக்கொண்டிருக் கிறது காவல் துறை. நித்தியானந்தா ரஞ்சிதாவோடு பாலியல் தொடர்பு வைத்துக்கொண்டது நித்தியானந்தாவின் தனிப்பட்ட விஷயம் என்றோ நித்தியானந்தாவின் அறையில் ரகசிய காமிராவை ஒளித்துவைத்து, அவரது அந்தரங்க நடவடிக்கை களைப் படம்பிடித்ததும் அதை ஒளிபரப்பியதும் குற்றம் என்பதாகவோ ஒரு விவாதத்திற்கு இடமளிப்பதைக் குறித்து நம் ஊடகங்களால் ஒருபோதும் சிந்திக்க முடியாது. அவற்றின் வணிக நோக்கத்திற்கு அத்தகைய செயல்பாடு துணைநிற்கவும் முடியாது.

பரபரப்பும் மர்மங்களும் நீடித்திருக்கிறவரைதான் சரக்கு விலை போகும் என்பதால் அவற்றைப் புதிதுபுதிதாக உருவாக்கு கிறார்கள். ரகசியக் காமிராவில் பதிவான நித்தியானந்தா குளித்துவிட்டு வந்து உடை மாற்றிக்கொண்டிருக்கும் படத்தைப் பிரசுரித்து ‘நித்தியானந்தாவின் நிர்வாணப் படம்’ என விளம்பரப்படுத்திக் காசு பார்த்தன நம் புலனாய்வு இதழ்கள். நித்தியானந்தாவின் அறையில் அவரது நெற்றியில் கை வைத்துச் சோதித்துக்கொண்டிருக்கும் கோபிகா என்னும் ஆசிரமவாசி யான ஒரு பெண்ணின் படத்தைப் பிரசுரித்து ‘பெண சாமியா ருடன் நித்தியானந்தா சல்லாபம்’ என ஒரு செய்திக் கட்டுரையை வெளியிட்டிருக்கிறார்கள். இதுவரை ஊடகங்கள் வெளியிட் டுள்ள புகைப்படங்கள், வீடியோ காட்சிகள் அவர் ரஞ்சிதா என்ற ஒரு பெண்ணோடு தன் அறையில் நெருக்கமாக இருந் திருக்கிறார் என்பதற்கான ஆதாரம் மட்டுமே. அந்தப் பெண் ஒரு நடிகை என்பது இதில் முக்கியமான விஷயம். தாம் கட்டமைக்க விரும்பும் பரபரப்பு மதிப்பு இதில் இல்லை என்பதால் நித்தியானந்தாவை ஒரு பெண் பித்தனாக, காமக் கொடூரனாகச் சித்தரிப்பதற்கான புனைவுகளை உருவாக்கிக் கொண்டிருக்கின்றன புலனாய்வு இதழ்கள். நித்தியானந்தரின் பாலியல் மோசடிகளில் ‘சில பெரிய புள்ளி’களுக்குத் தொடர்பு இருப்பதாகச் சொல்லும் இவ்விதழ்கள் ஒருபோதும் அந்தப்

பெரிய புள்ளிகள் யார், அவர்கள் நித்தியானந்தாவோடு சேர்ந்து எத்தகைய மோசடிகளில் ஈடுபட்டார்கள் என்பதைச் சொல்லப்போவதில்லை.

நித்தியானந்தா வரதராஜனைப் போல் தற்கொலை முயற்சி களில் ஈடுபடவில்லை. திருக்குறளையும் மேற்கோள் காட்ட வில்லை. வாரணாசியிலிருந்து ஊடகங்களுடன் பேசிக்கொண் டிருக்கும் நித்தியானந்தா தன் மீதான குற்றச்சாட்டுகளைச் சட்டபூர்வமாக எதிர்கொள்ளப் போவதாகச் சொல்லியிருக் கிறார். முழுக்க நனைந்துவிட்ட பிறகு முக்காட்டைக் கழற்றிப் போடுவதைத் தவிர அவருக்கு வேறு வழியில்லை. அவரது ஆன்மிக வாழ்வின் எதிர்காலம் கேள்விக்குறியாகியுள்ள போதிலும் ஒரு சாதாரண மனிதனாக வாழ்வின் சராசரி இன்பங்களைத் துய்ப்பதற்கு அவருக்கு எந்தத் தடையுமில்லை. அவரால் கிழித்தெறியப்பட்டது பிடாதி ஆசிரமத்தின் ஒழுக்கக் கொடிதான், ஆன்மிகக்கொடி அல்ல. இதன் மூலம் மக்கள் ஆன்மிகவாதிகளின் மீதான நம்பிக்கைகளைக் கைவிட்டுவிடு வார்கள் என நம்புவதற்கு ஒரு ஆதாரமும் இல்லை. இரட்டை ஆயுள் தண்டனை பெற்றுச் சிறையிலிருக்கும் பிரேமானந்தா கைதிகளுக்கு ஆன்மிகப் பயிற்சியளித்துக்கொண்டிருக்கிறாராம். ஆன்மிக வெற்றிடம் பயங்கரமானது. மக்கள் யாராவது ஒரு சாமியாரைக்கொண்டு அதை நிரப்பிக்கொண்டே இருப்பார்கள்.

மார்க்சிஸ்ட் கட்சியுங்கூட வரதராஜன் தற்கொலை தொடர்பாக உருவான விமர்சனங்களிலிருந்து மீண்டு வந்து விடும் என்பதில் சந்தேகமில்லை. ஆனால் கட்சி பழமைவாதத்தி லிருந்து மீண்டுவந்து தன்னை நவீனப்படுத்திக் கொள்வதற்கும் நவீன வாழ்வின் நெருக்கடிகளை ஒரு முன்னணிப் படையாய் நின்று எதிர்கொள்வதற்குமான வாய்ப்புகளைப் பயன்படுத்திக் கொள்ள முன்வராதது துரதிருஷ்டவசமானது.

ஏப்ரல், 2010

உலகத் தமிழ்ச் செம்மொழி மாநாடு

தீதும் நன்றும்

கோவையில் கடந்த (2010) ஜூன் 23ஆம் தேதி தொடங்கி 27ஆம் தேதி வரை நடந்து முடிந்த முதலாம் உலகத் தமிழ்ச் செம்மொழி மாநாடு முதல்வரும் திமுக தலைவருமான கருணாநிதியைப் பொறுத்தவரை வரலாற்று முக்கியத்துவம் வாய்ந்த நிகழ்வு என்பதில் சந்தேகமில்லை. ஏறத்தாழ 370 கோடி ரூபாய் செலவில் மிக ஆடம்பரமாக நடத்தப்பட்ட இம்மாநாடு தமிழக மக்களுக்கும் திமுகவினருக்கும் ஒரு முக்கியமான செய்தியைச் சொல்லியிருக்கிறது. ஆட்சியிலும் கட்சியிலும் உச்ச அதிகாரம் பெற்றவர்களாகக் கருணாநிதியும் அவருடைய குடும்ப உறுப்பினர்களுமே நீடித்திருக்க முடியும் என்பதுதான் அது. திமுகவினர் இந்த உண்மையைச் சில பத்தாண்டுகளுக்கு முன்னரே ஏற்றுக் கொண்டுவிட்டனர். கருணாநிதி குடும்பத்தினரின் இந்த மேலாண்மையைத் தமிழக மக்களை, குறிப்பாக வாக்காளர்களை, ஏற்றுக்கொள்ளச் செய்வதுதான் இந்த மாநாட்டின் முக்கிய நோக்கம்.

கொங்கு மண்டலத்தில் பலவீனமாக உள்ள கட்சியின் செல்வாக்கை உயர்த்துவதற்காகவே இந்த மாநாடு கோவையில் நடத்தப்படுகிறது என்னும் விமர்சனங்கள் பல்வேறு தரப்பினரால் முன்வைக்கப்பட்டன. தேர்தல்களை எதிர்கொள்வதற்குக் கொங்கு மண்டலத்தில் அழகிரியைப் போன்ற 'உறுதி'யான தலைமை எதுவும் இல்லாத நிலையில் மக்களின் 'மனங்களை' வென்றெடுப்பது தவிரத் திமுகவுக்கு வேறு வழியில்லை. மாநாட்டை முன்னிட்டுக் கோவை மாவட்டத்தில் பல்வேறு வளர்ச்சிப் பணிகள் மேற்கொள்ளப்பட்டன அதிமுகவின் கோட்டையாகக் கருதப்படும் கோவை மாநகராட்சிப் பகுதியின்

உள்கட்டமைப்பை மேம்படுத்தவும் சாலைகள் அமைக்கவும் புதை மின்வடம் அமைக்கவும் செம்மொழிப் பூங்கா நிறுவவும் பல கோடி ரூபாய் அரசு நிதி செலவிடப்பட்டுள்ளது. முதல்வர், துணை முதல்வர், மாநிலங்களவை உறுப்பினர் கனிமொழி ஆகியோரது நேரடி மேற்பார்வையில் அமைச்சர்கள், சட்டமன்ற, நாடாளுமன்ற உறுப்பினர்களால் கண்காணிப்புக்குட்படுத்தப் பட்ட அதிகார வர்க்கத்தால் அவசர அவசரமாக மேற்கொள்ளப் பட்ட இப்பணிகள் கடந்த சில வருடங்களில் இடைத்தேர்தல்கள் நடைபெற்ற தொகுதிகளில் மேற்கொள்ளப்பட்ட 'வளர்ச்சிப் பணிகளை' நினைவூட்டக்கூடியவை. (இந்த அவசரத்தில் குடிசை மாற்று வாரியத்தால் கோவையின் ஏரிப்பகுதியொன்றில் கட்டப்பட்ட அடுக்குமாடிக் குடியிருப்புகளில் சில மண்ணில் புதையுண்டதையடுத்து இடித்துத் தள்ளப்பட்டன.) உலக அளவிலான ஒரு மாநாடு கூட்டப்படும்போது கட்டமைப்பு வசதிகளை மேம்படுத்துவது இயல்பான ஒன்றுதான். ஆனால் இது போன்ற பணிகளை மேற்கொள்வதற்கு அரசு ஒரு இடைத் தேர்தலுக்காகவோ மாநாடு போன்ற கொண்டாட்டங்களுக் காகவோ காத்திருக்க வேண்டியதில்லை.

தமிழ்த் தேசிய அமைப்புகளாலும் ஈழ ஆதரவாளர்களாலும் தமிழினத் துரோகி என வர்ணிக்கப்படும் முதல்வர் கருணா நிதிக்கு அவரைப் பற்றிக் கட்டமைக்கப்பட்டிருக்கும் தமிழினத் தலைவர் என்னும் பிம்பத்தைக் காப்பாற்றிக்கொள்வதற்கு இந்த மாநாடு தேவைப்பட்டிருக்கலாம். மாநாடு குறித்த அறிவிப்பு வெளியிடப்பட்டவுடன் அதற்கு எதிர்ப்புத் தெரிவித்தவர்களை அவர் பொருட்படுத்தவேயில்லை. ஒன்பதாம் உலகத் தமிழ் மாநாட்டை நடத்துவதற்குத் தேவைப்படும் நியாயமான கால அவகாசத்தைக்கூட உலகத் தமிழாராய்ச்சிக் கழகத்துக்கு வழங்க முடியாத அளவுக்குக் கருணாநிதி அவசரப்பட்டதற் கான காரணம் எளிமையானது. வரவிருக்கும் சட்டமன்றத் தேர்தலுக்கு முன்னதாக மாநாட்டை நடத்தி முடித்துவிட வேண்டும் என முடிவுசெய்தவர், அதற்கான திட்டமிடல்களில் அசுர வேகத்தைக் காட்டினார். மாநாடு முடிந்தவுடன் தமிழக சட்டமன்றத்துக்கான தேர்தலைச் சந்திக்கவும் திட்டமிட்டிருப்ப தாகத் தகவல்கள் கசிந்தன. இது போன்ற ஒரு மாநாட்டை நடத்துவதன் மூலம் ஈழப் பிரச்சினை சார்ந்து தனக்கேற்பட்ட அவப்பெயரைத் துடைத்துக்கொள்ள முடியும் என அவர் நம்பினார். மாநாட்டில் பங்கேற்கச் செய்வதற்கு ஈழத்தின் மூத்த தமிழறிஞரான கா. சிவத்தம்பிக்குப் பல நெருக்கடிகள் கொடுக்கப்பட்டதாகச் சொல்லப்படுவதை இந்தப் பின்னணியில் தான் விளங்கிக்கொள்ள முடிகிறது.

மாநாடு பற்றிய அறிவிப்பு வெளியானதுமே அரசின் எல்லா மட்டங்களிலும் சொல்ல முடியாத பதற்றம் நிலவத் தொடங்கியது. தான் விரும்பியதுபோல் உலகத் தமிழ் மாநாட்டை நடத்த முடியாத நிலையில் உலகத் தமிழ்ச் செம்மொழி மாநாட்டை நடத்தத் தீர்மானித்த முதல்வருக்குத் தமிழ் கல்விப் புலம் முழு 'ஒத்துழைப்பு' கொடுத்தது. சொடக்குப் போடும் நேரத்திற்குள் ஆயிரக்கணக்கான ஆய்வுக் கட்டுரைகள் எழுதி முடிக்கப்பட்டன. கருணாநிதிக்கு என்ன தேவை என்பதைத் தமிழ் அறிஞர்கள் தெளிவாக அறிந்திருந்தார்கள். செம்மொழி தொடர்பான முறையான ஆய்வுப் பணிகள் இன்னும் தொடக்க நிலையைத் தாண்டாத நிலையில் சங்க இலக்கியம் தொடர்பாக ஏற்கனவே நிலவிவந்த பொதுப்புரிதல் கள் சார்ந்து எழுதுவது கடந்த பல பத்தாண்டுகளாகவே தமிழாய்வுகளைச் சடங்காக மேற்கொண்டுவரும் தமிழறிஞர் களுக்குச் சிரமமான காரியமாக இருந்திருக்க வாய்ப்பில்லை. கருணாநிதியை மனுநீதிச் சோழனோடும் நெடுஞ்சேரலாத னோடும் பாண்டியன் நெடுஞ்செழியனோடும் ஒப்பிடுவது போதுமானது என்பதைப் புரிந்துவைத்திருக்கும் ஆய்வாளர்கள் புகழுரைகள்மீது அவருக்குள்ள மயக்கத்தை நன்றாகவே பயன்படுத்திக்கொண்டுள்ளனர். கருணாநிதி தலைமையில் நடைபெற்ற சிறப்புக் கருத்தரங்கில் தன் மீதான புகழுரைகளைக் கேட்டுக் கருணாநிதியே கூச்சப்படும் அளவுக்குப் புகழ்மாரி பொழியப்பட்டது. கவிமாரி பொழிந்தவர்களோ தமிழை மிக மோசமாக அவமதித்தார்கள்.

பொது நிகழ்வுகள் குறித்துப் பக்கம் பக்கமாக எழுதிய ஊடகங்களில் ஆய்வரங்குகள் குறித்து மிகச் சொற்பமான பதிவுகளே இடம்பெற்றிருந்தன. இனியவை நாற்பது என்னும் தலைப்பில் நடத்தப்பட்ட பேரணி லட்சக்கணக்கில் திரட்டப் பட்ட பார்வையாளர்களுக்கு மட்டுமல்லாமல் ஊடகத் துறை யினருக்கும் அறிஞர்களுக்கும் பிரமிப்பூட்டும் ஒரு காட்சியாகவே இருந்திருக்க வேண்டும். ஊடகங்களில் பிரசுரம் பெற்றுள்ள நிழற்படங்களைப் பார்த்தால் பேரணியைப் பார்வையிடுவதற் காக அமைக்கப்பட்டிருந்த சிறப்பு மேடைகளில் கருணாநிதியை யும் அவர் குடும்பத்தினரையும் தவிர வேறு யாருக்கும் உட்காரக் கூட இடமில்லாததுபோல் தோன்றியது. அரங்க நிகழ்வுகளின் போதுகூடப் பார்வையாளர்களின் முதல் வரிசையில் தென் பட்டவர்கள் முதல்வரின் குடும்பத்தினர்தாம். ஆய்வரங்கங்களில் பெரும்பாலானவற்றுக்கு விரல்விட்டு எண்ணத்தக்க பார்வை யாளர்களே வந்திருந்ததாகச் சொல்லப்படுகிறது. தமிழக வரலாறு, தமிழின் தொன்மைச் சிறப்புகள் குறித்துப் புதிய புரிதல்களை உருவாக்கும் விவாதங்களைத் தூண்டுவதற்கு

இந்த மாநாட்டில் வாசிக்கப்பட்ட ஆய்வுக் கட்டுரைகள் ஏதாவது பங்களிப்புச் செய்திருக்கும் என நம்புவதற்கான தடயங்கள் அவை குறித்த பதிவுகளில் தென்படவில்லை.

மொத்தம் 219 அமர்வுகளில் 913 கட்டுரைகள் வாசிக்கப் பட்டதாகக் கருணாநிதி செய்தி வெளியிட்டுள்ளார். இதில் அதிகபட்சக் கட்டுரைகள் அவரைப் பற்றியவை என்பதைச் சொல்லத் தேவை இல்லை. வணிகம், தொழில், வேளாண்மை, நிதி மேலாண்மை ஆகியன பற்றிய கட்டுரைகள் இல்லை. கோவையில் நடந்த மாநாட்டில் ஆடை உற்பத்தி பற்றிய கட்டுரைகள் இடம்பெறாமை அபத்தம்.

ஆனால் இந்த மாநாடு பெரும் வெற்றியடைந்துள்ளது என்பதில் சந்தேகம் இல்லை. தமிழ்க் குடியை உலகின் மூத்த குடி எனவும் தமிழை உலகின் முதல் மொழி எனவும் தமிழறிஞர் களை ஏற்றுக்கொள்ளச் செய்வதில் கருணாநிதி வெற்றிபெற்று விட்டார். கடந்த இருபது, இருபத்தைந்து ஆண்டுகளில் சங்க இலக்கியங்கள் சார்ந்தும் தமிழக வரலாறு குறித்தப் புனைவுகள் சார்ந்தும் பல்வேறு கேள்விகளை எழுப்பிவந்த தமிழ் தலித், பெண்ணிய, பின்நவீனத்துவ அறிவுத் துறையினரது குரல்கள் இந்தக் கொண்டாட்டத்தால் பலவீனப்படுத்தப்பட்டுள்ளன. தமிழ் குறித்தும் தமிழக வரலாறு குறித்தும் திராவிட இயக்கங் களால் கட்டமைக்கப்பட்ட கற்பனைகளின் மீது குறுக்கீடுகளை நிகழ்த்துவதற்கான உரிமைகள் முற்றாகப் பறிக்கப்பட்டுள்ளன. தமிழுக்குச் செம்மொழி அந்தஸ்து அளிப்பது பற்றிய அறிவிப்பு வந்ததுமே கருணாநிதியைச் 'செம்மொழி கொண்டான்' என்னும் பட்டப்பெயரிட்டு அவருடைய அன்பர்கள் அழைக் கத் தொடங்கியிருந்தனர். 'கங்கை கொண்டான்', 'கடாரம் வென்றான்' போன்ற பழந்தமிழ் மன்னர்களுடைய பட்டப் பெயர்களுக்கு இணையான ஓசை நயம் கொண்ட இந்தப் பெயர்கள் கருணாநிதியைப் பெருமிதமடையவைத்திருக்கும். 1967க்கு முன்பு தம்மைச் சூத்திரர்களாகவும் பாட்டாளிகளா வும் அடையாளப்படுத்திக் கொண்ட ஒரு இயக்கத்தினரின் தலைவர் தற்போது மன்னர்களோடும் பேரரசர்களோடும் இணைத்து அடையாளப்படுத்திக்கொள்வதற்குப் பின்னணியில் உள்ள 'பின்நவீனத்துவ அரசியல்' நம் பின்நவீனத்துவவாதிகளின் புரிதலுக்கு அப்பாற்பட்டதல்ல.

கருணாநிதி பின்நவீனத்துவவாதி என்பதில் சந்தேகமில்லை. வள்ளுவர்கோட்டத்தையும் அய்யன் திருவள்ளுவரின் சிலை யையும் நிறுவியவர், தான் கோலோச்சுவதற்காக 450 கோடி ரூபாய் செலவில் நவீன வசதிகளுடன்கூடிய 'பசுமைக் கட்டட'த் தைக் கட்டிக்கொள்ளவும் செய்தார். சென்னை மாநகரை அழகுபடுத்துவதற்காகப் பல்லாயிரம் விளிம்புநிலை மக்களை

மாநகர எல்லைகளுக்குள்ளிருந்து அப்புறப்படுத்தவும் விவசாயிகள், உழைப்பாளர்களின் வாழ்வாதாரங்களை, உரிமைகளைப் பாதிக்கும் பல பன்னாட்டு நிறுவனங்களுடன் நூற்றுக்கணக்கான புரிந்துணர்வு ஒப்பந்தங்களைச் செய்துகொண்டுள்ள அவரது அரசால் கலைஞர் வீட்டுவசதித் திட்டத்தின் கீழ் ஏழைகளுக்காக 21 லட்சம் வீடுகளைக் கட்டிக்கொடுக்கப் போவதாக வாக்களிக்கவும் முடிகிறது. சங்க காலப் பெருமிதங்களைப் பேசும் அவரது குடும்பத்தினர் தமிழ் நவீன ஊடகத் துறைகளில் நேரடியாகவும் மறைமுகமாகவும் பல கோடி ரூபாய் முதலீடுகளைச் செய்து அவற்றைத் தம் கட்டுப்பாட்டுக்குள் கொண்டுவர முடிகிறது. சாதிய, மதவாத அரசியல் சக்திகளுடன் சந்தர்ப்பவாதக் கூட்டணிகளை அமைத்துக் கொள்வதற்கு இந்தப் பெரியாரியவாதிக்கு எந்தத் தயக்கமும் இருந்ததில்லை. மின்னணுமயப்படுத்தப்பட்டுவிட்ட தேர்தல்களை வென்றெடுப்பதற்கும் எதிர்ப்பாளர்களை ஒடுக்குவதற்கும் தம் மகனை 'அஞ்சா நெஞ்சனா'க உருவாக்கியுள்ள அவர்தான் நாட்டார் கலை மரபை மீட்டெடுப்பதற்கு மகள் கனிமொழியைப் பொறுப்பாக்கியுள்ளார். இவற்றைக்கொண்டு அவரைப் பிளவுபட்ட, முரண்பட்ட ஆளுமைக்கு உதாரணமாகக் கட்டமைக்க முயல்வது பிழை. அவர் மாமன்னர். மூவேந்தர் மரபின் தொடர்ச்சி. அவர் மனுநீதிச்சோழன்தான். ஆனால் தன் கட்சியைச் சேர்ந்த அமைச்சர்களான ஆ.ராசா போன்றவர்கள் மீது வைக்கப்படும் ஊழல் குற்றச்சாட்டுகளுக்காக அவர்கள் மீது நடவடிக்கை எடுக்குமளவுக்குப் பழமைவாதி அல்ல.

அவர் சாணக்கியரோடு ஒப்பிடப்படும் ராஜதந்திரி என்பதைப் பல தருணங்களில் நிரூபித்து வந்திருக்கிறார். 1965இல் நடைபெற்ற இந்தி எதிர்ப்புப் போர், 1967இல் நடைபெற்ற சட்டப்பேரவைத் தேர்தலில் திமுகவுக்கு வெற்றியை ஈட்டிக்கொடுத்தது போலச் செம்மொழிமீது கொண்ட வெற்றி 2010 சட்டமன்றத் தேர்தல்களில் தன் கட்சியின் வெற்றிக்குத் துணைபுரியும் என அவர் கணக்குப்போடுவதுகூட ஒருவகையில் ராஜதந்திரம்தான்.

தவிரத் தமிழ் மீதும் தமிழ்ச் சமூகத்தின் மீதும் அதிகாரம் பெற்றவர்கள் கருணாநிதியும் அவரது குடும்பமும்தாம் என்பதைச் 'சங்கத் தமிழி'ல் பறைசாற்றியிருக்கிறது இச்செம்மொழி மாநாடு. 'செம்மொழியான தமிழ் மொழி'யைக் காப்பதற்குக் கருணாநிதிக்குப் பிறகு ஸ்டாலினும் அழகிரியும் கனிமொழியும் மாறன்களும் கயல்விழி அழகிரியும் தயாநிதி அழகிரியும் உதயநிதி ஸ்டாலினும் பேத்தி எழிலரசி ஜோதிமணியும் இன்ன பிற வாரிசுகளும் காத்திருக்கிறார்கள் என்பதையும் உணர்த்தியிருக்கிறது. ஈழப் பிரச்சினை, திணறவைக்கும் விலைவாசி

உயர்வு, அரசின் பொருளாதாரக் கொள்கைகள் காரணமாகச் சரிவடைந்திருக்கும் மக்களின் வாழ்க்கைத் தரம், பாதிப்புக்குள்ளாகியுள்ள வாழ்வாதாரப் பிரச்சினைகளுக்குத் தீர்வுகாண முடியாமல் திணறிக்கொண்டிருக்கும் அரசின் தலைவருக்கு இது போன்ற கொண்டாட்டங்கள் அவசியம் என்பதையும் மறுப்பதிற்கில்லை.

○

இந்த மாநாடு தமிழ்ச் சமூகத்துக்குச் சொல்லியிருக்கும் மற்றொரு முக்கியமான செய்தி அதிகாரத்தின் முன் அடி பணியாத, அதனிடம் வாலைக் குழைக்காத தமிழ் அறிவுலக ஆளுமைகள் சொற்பம் என்பதுதான். ஜனநாயகத்தை மீட்பதற்கான போராட்டம் என 2006இன் தமிழகச் சட்டமன்றத் தேர்தலைப் பற்றிக் குறிப்பிட்ட கருணாநிதி ஆட்சிப்பொறுப் பேற்றபிறகு முதல்வராகத் தமிழக மக்களின் ஆதாரமான வாழ்வியல் நெருக்கடிகளுக்குத் தீர்வு காண்பதற்கு அளித்த முக்கியத்துவத்தைக் காட்டிலும் தன்னைத் தமிழகத்தின் தன்னிகரற்ற நிரந்தரமான தலைவனாக முன்னிறுத்திக்கொள் வதற்கே கூடுதல் முக்கியத்துவமளித்தார். அதற்கு அவர் தேர்ந் தெடுத்த மிகச் சுருக்கமான வழி துதிபாடிகளை ஊக்குவித்துத் தன்னைப் பற்றிய மிகைப்படுத்தப்பட்ட கற்பனையான பிம்பங் களைக் கட்டமைப்பது. அரசு அறிவிக்கும் ஒவ்வொரு திட்டத்தை யும் தொடர்ந்து அதற்கான பாராட்டுவிழாக்களை நடத்துவதற்கு இந்தத் துதிபாடிகள் கூட்டம் அணிவகுத்து நின்றது. கடந்த நான்காண்டு காலத்தில் கருணாநிதிக்கு நடத்தப்பட்ட பாராட்டு விழாக்களின் எண்ணிக்கை பட்டியலிடப்பட முடியாத அளவுக்கு நீண்டது. ஆட்சிப் பொறுப்பேற்றதும் பல்வேறு பிரிவினருக்குமான நலவாரியங்களை அமைத்தது அரசு. ஒவ்வொரு பிரிவினரும் ஒரு பாராட்டு விழாவை நடத்தி ஒவ்வொரு பட்டத்தை வழங்கித் தம்மைக் கௌரவித்துக்கொண் டனர். இச்செம்மொழி மாநாடு தமிழறிஞர்களால் அவருக்கு நடத்தப்பட்ட பாராட்டு விழா என்றுகூடச் சொல்லலாம். மாநாட்டில் கலந்துகொண்ட அறிஞர்களுக்குச் செய்துதரப்பட் டிருந்த வசதிகளைப் பார்த்தால் அவற்றைச் செய்துகொடுத்த வரை எவ்வளவு பாராட்டினாலும் தகும் என்றுதான் தோன்றும்.

தமிழ் அறிவுத் துறைச் செயல்பாட்டாளர்களில் ம.இலெ. தங்கப்பா, கோவை ஞானி, பா. செயப்பிரகாசம், ராஜேந்திர சோழன், தொ. பரமசிவம், வெளி. ரங்கராஜன் க. பூர்ணச் சந்திரன் உள்ளிட்ட சிலர் இம்மாநாட்டைப் புறக்கணிக்கப் போவதாக வெளிப்படையாக அறிவித்தனர். சுந்தர் காளி, இராம சுந்தரம், தி.சு. நடராஜன், பா. ஆனந்தகுமார், ந. முத்து மோகன், ஆ. சிவசுப்பிரமணியன், நா. இராமச்சந்திரன்

உள்ளிட்ட சிலர் இம்மாநாட்டைப் புறக்கணித்தனர். இவர்களில் சிலர் மாநாட்டைப் புறக்கணிப்பதற்கான காரணங்களை ஊடகங்களின் வாயிலாகப் பதிவுசெய்திருந்தனர். சில மாதங்களுக்கு முன்பு மாநாட்டுக்கு எதிர்ப்புத் தெரிவித்துப் புதிய தமிழகம் கோவையில் ஒரு பேரணியை நடத்தியது. ஜூன் 13ஆம் தேதி தமிழ்நேயம் சார்பில் கோவை ஞானி 'தமிழ் மலர்' என்னும் இலக்கிய ஆய்வுக் கட்டுரைகளடங்கிய ஒரு தொகுதியை வெளியிட்டு அதைச் செம்மொழி மாநாட்டுக்கான எதிர்ப்பு நடவடிக்கையாக முன்வைத்தார். இத்தகைய எதிர்ப்புக் குரல்கள் எந்தத் தாக்கத்தையும் ஏற்படுத்தவில்லை. தமிழ் அறிவுத் துறையினரில் விரல்விட்டு எண்ணத்தக்க சிலரைத் தவிர மற்றவர்கள் மாநாட்டில் பங்கேற்றனர். ஆய்வரங்குகளில் பங்கேற்பதற்காகப் பெரிய இடங்களின் சிபாரிசுகளை நாடி அலைந்தவர்களும் உண்டு என்கிறார்கள். 1981இல் எம்.ஜி. ராமச்சந்திரன் தலைமையிலான அதிமுக அரசால் நடத்தப்பட்ட உலகத் தமிழ் மாநாட்டைக் கும்பல் கலாச்சாரம் என விமர்சித்து அதற்கெதிராக 'இலக்கு' என்னும் அமைப்பின் தலைமையில் போராடிய அறிவுத் துறை ஆளுமைகளில் பலர் இந்த மாநாட்டில் கலந்துகொண்டிருக்கிறார்கள். கும்பல் கலாச்சாரத்துக்கும் மாற்றுக் கலாச்சாரத்துக்குமிடையேயான கோடு மிக ரகசியமாக அழிக்கப்பட்டிருக்கிறது. கருணாநிதியின் பின்நவீனத்துவ அணுகுமுறைக்கு இதைவிடச் சிறந்த எடுத்துக்காட்டை பேராசிரியர் முனைவர் அ. ராமசாமிதான் கண்டுபிடிக்க வேண்டும்.

மாநாட்டையொட்டி வெளியிடப்பட்டுள்ள சிறப்பு மலரைப் பார்த்தால் புல்லரிக்கிறது. அதில் பிரசுரம் பெற்றுள்ள கவிதைகள் ஏற்படுத்தும் புல்லரிப்புத் தாள முடியாதது. 2000இல் காலச்சுவடு அறக்கட்டளையால் சென்னையில் நடத்தப்பட்ட தமிழ் இனி 2000 மாநாட்டு மலரைப் பொருட்படுத்தத் தயங்கிய, அதன்மீது அவதூறுகளைப் பரப்பிவருகிற தமிழ் அறிவுலகவாதிகள் இந்த மலரைக் குறித்துக் குறைந்தபட்சம் தம் வலைப்பூக்களிலாவது பதிவுசெய்வார்களா என்பதைப் பொறுத்திருந்து தான் பார்க்க வேண்டும். தவிர சென்னை எழும்பூரில் இருந்த அட்லாண்டிக் ஹோட்டலில் மிகச் சுதந்திரமான முறையில் நடைபெற்ற அந்த மாநாட்டில் கலந்துகொண்ட பேராளர்கள் தங்குவதற்கு அறைகளும் சாப்பிடத் தகுந்த உணவும் அளிக்க ஏற்பாடு செய்ததைக் காரணம் காட்டி ஆடம்பரமானது எனக் கண்டித்தவர்கள், மாநாட்டுக்கு எதிராக வசைகளால் நிரப்பப்பட்ட துண்டறிக்கைகளை மாநாட்டு அரங்கிலேயே விநியோகித்தவர்கள், ஊமையாக இருப்பதற்கு இப்போது தமிழ்ச் செம்மொழியாகிவிட்டதுதான் காரணமோ?

ஆகஸ்டு, 2010

பேராசைக்காரனின் மந்திரம்

உணர்ச்சிகரமான சவால்கள், பெருமிதங்களைப் பறைசாற்றும் மார்தட்டல்கள், எதிரிகளை அச்சுறுத்தும் அறைகூவல்கள், சுயமரியாதைப் பிரகடனங்கள், கண்ணீர் மல்கும் முறையீடுகள், இரங்கத்தக்கக் கெஞ்சல்கள், அருவருப்பூட்டும் மண்டியிடல்கள், திகைக்கவைக்கும் அதிரடி அறிவிப்புகள், நம்ப முடியாத துரோகங்கள், நெகிழ வைக்கும் தியாகங்கள், கட்டாயப்படுத்தப்பட்ட சமரசங்கள் முதலான உணர்ச்சிகரமான, திருப்பங்கள் நிறைந்த முதற்கட்டக் காட்சிகளுக்குப் பிறகு திமுகவும் அதிமுகவும் தத்தம் அணிகளுடன் தேர்தல் உடன்பாடு களைக் கண்டிருக்கின்றன. கடந்த நாற்பதாண்டுகளில் தமிழக வாக்காளர்கள் இதைவிட மோசமானதொரு தேர்தலைச் சந்தித்திருப்பதற்கான வாய்ப்புகள் மிகக் குறைவு. ஐந்தாண்டுக் காலத் திமுக ஆட்சியின் மீது அதிருப்தியுற்ற வாக்காளன் அதற்கு மாற்றான அரசியல் திட்டம் கொண்ட ஒரு கட்சியை அல்லது அணியை இனம்காண முடியாத கையறு நிலைக்குத் தள்ளப் பட்டிருக்கிறான்.

கடந்த ஐந்தாண்டுக் காலத் திமுக அரசுமீது அரசியல் ரீதியாகவும் தனிப்பட்ட முறையிலும் பல்வேறு விமர் சனங்கள் எழுந்தன. கடந்த 2006 சட்டமன்றத் தேர்தலில் ‘ஜனநாயகத்தை மீட்போம்’ என்னும் முழக்கத்துடனும் இலவச வண்ணத் தொலைக்காட்சிப் பெட்டி, இலவச எரிவாயு இணைப்பு போன்ற கவர்ச்சிகரமான வாக்குறுதி களுடனும் அதிகாரத்தைக் கைப்பற்றிய திமுக அரசு ஜெயலலிதா தலைமையிலான முந்தைய அதிமுக அரசிடமிருந்து எந்தவிதத்திலும் வேறுபட்டிருக்கவில்லை.

மாறாகக் கருணாநிதி அரசின் செயல்பாடுகள் பலவிதங்களிலும் ஜெயலலிதாவின் அரசைவிட மோசமானதாக இருந்தன. அதிகாரத் துஷ்பிரயோகம், நலிந்த பிரிவு மக்களின் வாழ்வா தாரங்களைப் பாதுகாப்பதில் அலட்சியம், தொலை நோக்கற்ற வெற்றுத் திட்டங்கள், ஆடம்பரமான விழாக்கள், பன்னாட்டு நிறுவனங்களின் நலன்களைப் பாதுகாப்பதும் சிறு தொழில் துறையினரது நலன்களைப் புறக்கணிப்பதுமான தொழிற் கொள்கைகள் என முந்தைய ஜெயலலிதா ஆட்சிக்கும் கருணா நிதி ஆட்சிக்கும் பல ஒற்றுமைகள் தென்படுகின்றன. ஐந்தாண்டுக் கால ஆட்சியில் ஜெயலலிதாமீது அவரது நெருங்கிய தோழி யான சசிகலாவும் அவரது உறவினர்களும் அரசின் பல மட்டங்களிலும் செல்வாக்குச் செலுத்திவந்ததாகவும் அவர் களுடைய தலையீடு காரணமாக ஊழல்களும் முறைகேடுகளும் பெருகியதாகவும் குற்றம் சுமத்தப்பட்டது. கருணாநிதியின் குடும்ப உறுப்பினர்கள் பலர் தற்போதைய ஆட்சியில் நேரடி யாகப் பங்குவகிப்பதோடு அதிகாரத்தைப் பயன்படுத்திப் பல்வேறு ஊழல்களில் ஈடுபட்டுள்ளதாகக் குற்றச்சாட்டுகள் எழுந்துள்ளன. கருணாநிதி அரசின் ஊழலின் அளவும் விஸ்தீரணமும் பன்மடங்கு அதிகம் என்பது முக்கிய வேறுபாடு.

சுதந்திர இந்தியாவின் மிகப் பெரிய ஊழல் என வர்ணிக் கப்படும் ஸ்பெக்ட்ரம் அலைவரிசை ஒதுக்கீட்டு ஊழலில் முதன்மைக் குற்றவாளியாகக் கருதப்படும் முன்னாள் தொலைத் தொடர்பு அமைச்சர் ஆ. ராசாவுக்கும் கருணாநிதியின் குடும்ப உறுப்பினர்களுக்குமிடையேயான நேரடித் தொடர்புகள் இப்போது வெளிச்சத்துக்கு வந்துள்ளன. கருணாநிதியின் மனைவியும் மகளும் சி.பி.ஐ.யின் விசாரணை வளையங்களுக்குள் சிக்கியிருக்கிறார்கள்.

ஜெயலலிதா, கருணாநிதி இருவருமே தமிழகத்தின் பொருளாதார அடிப்படைகளை, வெகுமக்களின் வாழ்வாதாரங் களைத் தீர்மானிக்கும் விவசாயம், தொழில், கல்வி, சுகாதாரம் முதலான துறைகளின் வளர்ச்சிக்கு ஆதாரமான உள்கட் டமைப்பை மேம்படுத்தத் தவறிவிட்டதாகவும் மாநிலத்தின் வளர்ச்சிக்கு வழிகோலும் தொலைநோக்குடன்கூடிய திட்ட மிடல்களில் இருவருக்குமே அக்கறை இருந்ததில்லை எனவும் விமர்சகர்கள் கருதுகிறார்கள். தேர்தல்களில் தத்தம் அரசியல் எதிரிகளை வீழ்த்திவிட்டு அதிகாரத்தைக் கைப்பற்றுவது, அதைத் தக்கவைத்துக்கொள்வது ஆகியவற்றுக்காக இருவருமே எத்தகைய மீறல்களுக்கும் தயாராக இருக்கிறார்கள் என்பது வெளிப்படை. சூழ்ச்சிகள், தந்திரங்கள், அவதூறுகள், பொய்கள்,

மோசடிகள், துரோகங்கள் முதலானவை இவ்விரு கட்சிகளுக் குள்ளும் உள்ளார்ந்து கிடக்கும் பண்புக்கூறுகள். வேறுபாடுகள் புறவயமானவை. ஜெயலலிதா ஆட்சியைக் காட்டிலும் கருணா நிதி ஆட்சியில் சட்டம் ஒழுங்கு மிக மோசமாகச் சீர்குலைந் துள்ளதாக விமர்சகர்கள் பலர் சுட்டிக்காட்டியிருக்கிறார்கள். சென்னை உள்ளிட்ட நகரங்களில் பெருகிவரும் கொலை, கொள்ளை தொடர்பான வழக்குகள் பலவற்றில் குற்றவாளிகள் கைதுசெய்யப்படவே இல்லை என்பன அவ்வப்போது சுட்டிக் காட்டப்பட்டுவரும் சில வேறுபாடுகள்.

1991 – 96 காலகட்டத்தில் ஜெயலலிதா, தன் வளர்ப்பு மகன் சுதாகரனின் திருமணத்தைக் கற்பனை செய்ய முடியாத அளவுக்கு ஆடம்பரமாக நடத்தியதன் மூலம் பலரது வெறுப்புக் குள்ளானார். கடந்த ஆண்டு கோவையில் கருணாநிதியால் நடத்தப்பட்ட உலகத் தமிழ்ச் செம்மொழி மாநாடு வளர்ப்பு மகன் திருமணத்தோடு ஒப்பிடப்பட்டது. இருவருமே புகழுரை களுக்கு மயங்குபவர்கள். கருணாநிதி புகழ் வரும் திசையைத் தேடி அடைபவர். கடந்த ஐந்தாண்டுகளில் அவருக்கு நடத்தப் பட்ட பாராட்டு விழாக்களும் வழங்கப்பட்ட பட்டங்களும் கணக்கிட முடியாத அளவுக்கு அதிக எண்ணிக்கையிலானவை. சில பட்டங்கள் விநோதமான பெயர்களைக் கொண்டவை. உதாரணம்: செம்மொழி கொண்டான். அரசுசார் நிறுவனங்கள் வழங்கும் பட்டங்களை வாங்கிச் சூடிக்கொள்வதற்கு முதலமைச்ச ரான கருணாநிதி ஒருபோதும் கூச்சப்பட்டதில்லை. இந்த ஐந்தாண்டுகளில் தமிழக அரசின் சார்பில் வழங்கப்படும் சிறந்த திரைப்பட வசன எழுத்தாளருக்கான விருதை அவர் இரண்டு முறைக்கும் அதிகமாகப் பெற்றிருக்கிறார். பாராட்டு விழாக்களில் அவரைப் போற்றி வாசிக்கப்படும் கவிதைகள், கட்டுரைகள், உரைகளை நாள் முழுவதும் அலுப்பேயில்லாமல் உட்கார்ந்து கேட்டுக்கொண்டிருப்பதில் அவருக்கு இணை அவர்தான். இலக்கியத்தின் மீது ஈடுபாடுகொண்டவராகக் கருதப்படும் கருணாநிதி கலைகளைப் போற்றும் மென்மையான உள்ளம் கொண்டவர் என்னும் பிம்பம் உண்டு.

ஜெயலலிதா தன்னை மென்மையான உள்ளங்கொண்டவ ராகக் காட்டிக்கொள்ள ஒருபோதும் முயன்றவரல்ல. அவர் தன்னை இரும்பு மனுஷியாகக் கருதிக்கொண்டிருப்பவர். 1987இல் எம்.ஜி.ஆர். மறைவுக்குப் பிறகு அதிமுகவின் தலை மையை ஏற்ற அவரது காலில் விழுவதற்கு அமைச்சர்களும் முன்னாள் அமைச்சர்களும் மக்கள் செல்வாக்கு மிகுந்த தலைவர்களும் வரிசையில் நின்று கால்கடுக்கக் காத்திருந்தனர்.

அரசு என்பதை அவர் அனைத்துக்கும் மேலான அதிகாரம் கொண்டதாகக் கருதினார். தன் ஆட்சிக் காலம் முழுவதும் மனித உரிமைச் செயல்பாட்டாளர்களின் கடும் விமர்சனத்துக் குள்ளாகியிருந்தார். சட்டம் ஒழுங்கைப் பாதுகாப்பதாகச் சொல்லிக்கொண்டு பல போலி மோதல் சாவுகளை நிகழ்த்திய ஜெயலலிதா அரசு அவற்றைப் பெருமைக்குரியவையாகவும் கட்டமைத்தது. வீரப்பன் படுகொலை அதற்குச் சரியான உதாரணம். வீரப்பன் கொல்லப்பட்டது தொடர்பாக மனித உரிமை அமைப்புகள் முன்வைத்த கேள்விகளை அவரது அரசு பொருட்படுத்தவே இல்லை. வீரப்பன் தேடுதல் வேட்டை யில் ஈடுபட்ட அதிரடிப் படையினர் மூலம் அப்பாவிப் பழங்குடி மக்களில் பலரைத் துன்புறுத்தி, உடல்ரீதியாகவும் மனரீதியாகவும் ஊனப்படுத்தியது அவரது அரசு. மனித உரிமை ஆர்வலர்கள், பழங்குடி மக்கள் அமைப்புகள் முன் வைத்த குற்றச்சாட்டுகளைக் கணக்கிலெடுத்துக் கொள்ளாமல் அதிரடிப்படையில் பணிபுரிந்த காவல் துறையினருக்குப் பரிசு களையும் இரட்டைப் பதவியுயர்வுகளையும் வாரிவழங்கினார்.

எந்தவொரு பிரிவினரும் தம் உரிமைகளைக் காத்துக் கொள்வதற்காகப் போராடுவதை ஜெயலலிதாவால் ஒருபோதும் சகித்துக்கொள்ள முடிந்ததில்லை. 2003இல் அவர் முதல்வராக இருந்தபோது தம் உரிமைகளைப் பாதுகாத்துக்கொள்வதற்காகப் போராடிய அரசு ஊழியர்களில் சுமார் மூன்று லட்சத்திற்கும் மேற்பட்டவர்களை ஒரே ஆணையின் மூலம் பணிநீக்கம் செய்தார். அவர்களை மீண்டும் பணியில் சேர்த்துக்கொள்ள அவரது அரசு விதித்த நிபந்தனைகள் அரசு ஊழியர்களின் தொழிற்சங்க உரிமைகளை முற்றாகப் பறித்துக்கொண்டன.

மக்கள் போராட்டங்களை அவரது அரசு ஈவிரக்கமில் லாமல் ஒடுக்கியது. அமைப்புசாராத் தொழிலாளர்களின் நலன்களைப் பாதுகாப்பதில் எவ்விதமான அக்கறையும் அவரது அரசுக்கு இருந்ததில்லை. அவர் தன்னைத் தீவிர தேசியவாதியாகக் காட்டிக்கொள்ள முற்படுபவர். தமிழ் வளர்ச்சி, தமிழர் நலன் முதலான திராவிட இயக்க அடை யாளங்களை அவர் மனதளவில்கூட ஏற்றுக்கொண்டதற்கான சான்றுகள் இல்லை. ராஜீவ் காந்தி படுகொலைக்குப் பின்னர் ஈழத் தமிழர் ஆதரவு இயக்கங்களின் மீது வெறுப்பை உமிழ்ந்தார். இஸ்லாமியர்களை அவர் பயங்கரவாதிகளாகவும் இந்திய நாட்டின் இறையாண்மைக்கும் ஒற்றுமைக்கும் ஊறு விளைவிப்பவர்களாகவுமே கருதினார். கோவை உள்ளிட்ட சில நகரங்களில் அப்பாவி இஸ்லாமியர் பலர் காவல் துறை

யினரின் கண்காணிப்புக்கும் சித்திரவதைக்கும் உள்ளாக்கப் பட்டனர். இதன் ஒரு பகுதியாகவே அவரால் கொண்டுவரப் பட்ட மதமாற்றத் தடைச் சட்டத்தைப் பார்க்க முடியும். லாட்டரிச் சீட்டுத் தடைச் சட்டம், கந்துவட்டிக்கெதிரான கடுமையான நடவடிக்கைகள், மணல் குவாரிகளை அரசுடைமை யாக்கியது, மதுக்கடைகளை அரசே ஏற்று நடத்துவதன் மூலம் சாராய வியாபாரிகளை ஒடுக்கியது போன்ற அவரது அரசின் செயல்பாடுகள் மக்களின் வரவேற்பைப் பெற்ற போதும் அவர் ஒரு எதேச்சாதிகாரியாகவே பார்க்கப்பட்டார்.

ஜனநாயகத்தை மீட்பதே தன் முதல் கடமை என 2006 சட்டமன்றத் தேர்தலில் திமுக தலைவர் கருணாநிதி அறிவித்த போது அது மிகப் பொருத்தமான முழக்கமாக அரசியல் பார்வையாளர்களுக்குத் தென்பட்டது இதனால்தான். அப்போதுகூட அவர் நம்பிக்கையூட்டும் தலைவராகவே தென்பட்டார். 2006இல் அமைக்கப்பட்ட அவரது தலைமையி லான திமுக அமைச்சரவையின் தொடக்ககட்டச் செயல் பாடுகள் பலரது பாராட்டுதல்களையும் பெற்றன. சில அம்சங் களில் அது புரட்சிகரமானதாகக்கூடத் தென்பட்டது. அரவானி கள், ஒரு பாலுறவினரின் உரிமைகளை அங்கீகரித்த திமுக அரசு அவர்களது வாழ்வுரிமைகளைப் பாதுகாப்பதற்கான சில நடவடிக்கைகளை மேற்கொள்ளவும் தவறவில்லை. கிராம அண்ணா மறுமலர்ச்சித் திட்டத்தின் கீழ் அமைக்கப்பட்ட கிராமப்புற நூலகங்கள் நிச்சயமாக ஒரு சாதனை என்பதில் சந்தேகமில்லை. தவிரப் பள்ளிக் கல்வித் துறையில் பல சீர்திருத்த நடவடிக்கைகள் மேற்கொள்ளப்பட்டன. சமச்சீர் கல்வியை நடைமுறைப்படுத்துவதற்காகத் திமுக அரசு மேற்கொண்டுள்ள நடவடிக்கைகள் அவற்றின் மீதான கல்வியாளர்களின் விமர் சனங்களையும் போதாமைகளையும் தாண்டி முக்கியமானவை.

ஆனால் அரசு மேற்கொண்ட வேறுபல நடவடிக்கைகள் கடும் விமர்சனங்களுக்குள்ளாயின. ‘கலைஞர் காப்பீட்டுத் திட்டம்’ அரசு மருத்துவத் துறையில் தன் பொறுப்பைத் தட்டிக்கழிப்பதற்கான ஒரு வழிமுறையாகப் பார்க்கப்பட்டது. சம்பந்தப்பட்ட காப்பீட்டு நிறுவனமும் பல தனியார் மருத்துவ மனைகளும் இதன் மூலம் பலன் பெற்றுள்ளதாக எழுந்துள்ள விமர்சனங்கள் புறக்கணிக்கப்பட முடியாதவை. அப்போதைய மைய அரசில் கடல்வழிப் போக்குவரத்து அமைச்சராக இருந்த டி.ஆர். பாலுவால் முன்மொழியப்பட்ட சேதுக்கால்வாய்த் திட்டம் மீனவர்களின் வாழ்வாதாரத்திற்குக் கடும் சவாலாக உருவெடுத்தது. கருணாநிதியின் கனவுத் திட்டமாக முன்வைக்கப்

பட்ட அந்தத் திட்டம் கடல் வளத்தை அழிப்பதாகவும் சுற்றுச் சூழலுக்கான அச்சுறுத்தலாகவும் எழுந்த குற்றச்சாட்டுகளைக் கண்டு கருணாநிதி பதற்றமடைந்தார். நியாயமான விமர்சனக் குரல்களைப் புறக்கணித்து எதிர்ப்பாளர்களை அவதூறு செய்யவுங்கூட அவர் தயங்கவில்லை.

அநேகமாகக் கருணாநிதி அரசின் சரிவு தொடங்கியது அவரது புதல்வர் மு.க. அழகிரியின் அரசியல் பிரவேசத்திற்குப் பின்னர்தான். அழகிரிக்குச் சாதகமில்லாத அரசியல் கருத்துக் கணிப்பொன்றை வெளியிட்டதற்காக மதுரை தினகரன் அலுவலகத்தைச் சூறையாடி அதன் ஊழியர்கள் மூவரைத் தீயிட்டுக் கொளுத்திய அந்த 'மாவீர'னின் வருகை கட்சி, ஆட்சியின் முகத்தை அடியோடு மாற்றிய நிகழ்வு எனச் சொல்லலாம். முன்னாள் அமைச்சர் தா. கிருட்டிணன் கொலை வழக்கில் குற்றம் சுமத்தப்பட்டதன் மூலம் பிரபலமாகியிருந்த அழகிரி இந்த நிகழ்வுக்குப் பிறகு கட்சியின் முக்கியச் சக்தியாக உயர்ந்தார். அவரைக் காப்பாற்றுவதற்குச் சாத்தியப்பட்ட எல்லா வழிகளிலும் முயன்ற கருணாநிதி அதிகாரத்தைப் பயன்படுத்தி அதில் வெற்றியும் பெற்றார். ஜனநாயகவாதிகளுக்கும் மனித உரிமைச் செயல்பாட்டாளர்களுக்கும் திமுக அரசின் மீது அச்சத்தை உருவாக்கிய நிகழ்வு இது. இதன் மூலம் தான் வலியுறுத்திய ஜனநாயகத்தின் வரம்பு எது என்பதை அவர் மற்றவர்களுக்கு உணர்த்தினார்.

கட்சி, அரசு ஆகியவற்றின் மீது தன் வாரிசுகளுக்குள்ள உரிமையை அவர் பட்டவர்த்தனமாக வெளிப்படுத்தினார். திருமங்கலம் இடைத் தேர்தலில் பணத்தின் மூலம் வாக்காளர்களை விலைகொடுத்து வாங்க முடியும் என்பதை அழகிரி நிரூபித்தபோது ஜெயலலிதாவிடமிருந்து ஜனநாயகத்தை மீட்டெடுக்கும் இலட்சியத்தோடு அரியணையேறிய தந்தையான கருணாநிதி 'என்நோற்றான் கொல்' என அகமகிழ்ந்து போனார். அதற்குப் பிறகு தமிழகத்தில் நடைபெற்ற எல்லா இடைத்தேர்தல்களுக்குமான திமுகவின் வழிமுறையாக அஞ்சா நெஞ்சனின் 'திருமங்கல பாணி' அங்கீகரிக்கப்பட்டது. அடுத்துவந்த சில இடைத்தேர்தல்களில் எதிர்க் கட்சிகளால் போட்டியிடவே முடியாத அளவுக்கு அச்சுறுத்தக்கூடிய ஒரு வழிமுறையாக வளர்ந்து இப்போது தேர்தல் கமிஷனையேகூட நடுங்கச் செய்திருக்கிறது.

அழகிரியின் ஆட்களைப் பற்றி உருவாக்கப்பட்டுள்ள பிம்பங்கள் பயங்கரமானவை. மாற்றுக்கட்சியினர் மட்டுமல்லாமல்

அரசு அதிகாரிகளும் அவரது அதிகாரத்தின் முன் மண்டியிட் டார்கள். கருணாநிதிக்குப் பிறகு முதல்வராக அவராலும் கட்சியினராலும் முன்னிறுத்தப்பட்ட மு.க. ஸ்டாலின்கூட அழகிரியின் வருகையால் பாதிக்கப்பட்டதுபோல் தோன்றியது. ஸ்டாலினை முதல்வராக்கும் முயற்சிகளுக்கு அழகிரி தடையாய் இருந்து வருவதாகச் செய்திகள் வந்தன. முதல்வர் பதவியிலிருந்து விலகிக்கொள்ளும் முடிவைக் கருணாநிதி இரண்டுமுறை 'கைவிட்ட'தற்கு அழகிரிக்கும் ஸ்டாலினுக்குமிடையே நடந்து வரும் வாரிசுரிமைப் போர்தான் காரணம் எனக் கூறப்பட்டது. மத்திய அமைச்சராகப் பொறுப்பேற்றுக் கொண்ட பிறகு மென்மையான அணுகுமுறை கொண்டவராக மாறிவிட்ட தாகச் சித்தரிக்கப்படுகிறார் அழகிரி. மதுரையிலும் தமிழகத் தின் மற்ற மாவட்டங்களிலும் அழகிரி ஆதரவாளர்களால் வைக்கப்பட்டுவரும் விளம்பரத் தட்டிகளில் இடம்பெற்றுள்ள வாசகங்கள் அவர் தன் வாரிசுரிமையை விட்டுக்கொடுக்கத் தயாரில்லை என்பதற்கான அறிவிப்புகளாக விளங்குகின்றன. தமிழக அமைச்சர்களில் சிலர் அழகிரி ஆதரவாளர்கள் எனச் சில பத்திரிகைச் செய்திகள் சொல்கின்றன. கட்சியின் தென் மண்டல அமைப்புச் செயலாளராக நியமிக்கப்பட்டிருக்கும் அழகிரி, தென்மாவட்டங்களின் சுமார் 50க்கும் மேற்பட்ட சட்டமன்றத் தொகுதிகளைத் தன் ஆட்களுக்காகக் கேட்டு வாங்கியிருப்பதாகக் கூறப்படுகிறது.

அழகிரியைத் தொடர்ந்து, கவிஞராகவும் அறிவுஜீவியாகவும் அறியப்பட்ட அவரது மகள் கனிமொழி 'சென்னை சங்கமம்' என்னும் பண்பாட்டு நிகழ்வின் மூலம் பொதுவாழ்க்கைக்கு அறிமுகமானதும் தமிழகத்தின் அறிவுத் துறையினர், பத்திரிகை யாளர்களில் பெரும்பகுதியினர் திமுக அரசின் துதிபாடிகளாக மாற்றப்பட்டனர். மூத்த பத்திரிகையாளர் ஞாநி ஆனந்த விகடனில் எழுதிய ஒரு கட்டுரையில் தெரிவித்த கருத்துகளுக் காகத் திமுக ஆதரவு அறிவுஜீவிகளால் நடத்தப்பட்ட கருத்தரங் கில் தமிழ் 'அறிவுலக ஆளுமை'கள் பலர் கலந்துகொண்டு அவர்மீது வசைமாரி பொழிந்தனர். அமைச்சர் தங்கம் தென்னரசுவின் சகோதரியும் கனிமொழியின் தோழியும் கவிஞருமான தமிழச்சி தங்கபாண்டியனால் அதற்கென்றே உருவாக்கப்பட்ட அமைப்பின் பெயரால் நடத்தப்பட்ட அந்தக் கூட்டம் ஒருவகையில் கருத்துச் சுதந்திரத்துக்கு விடுக்கப்பட்ட எச்சரிக்கை. மாநிலங்களவை உறுப்பினராகத் தேர்ந்தெடுக்கப் பட்டவுடன் கனிமொழி தில்லியின் அதிகார மையத்தில் முக்கிய இடம்பெறத் தொடங்கினார். அதிகார மையங்களோடு தொடர்புகொள்வதற்குத் தயாநிதி மாறனுக்கு மாற்றாக

உருவாக்கப்படுபவராகக்கூட அவர் கருதப்பட்டார். அதற்கு அவர் சரியான ஆளாகவும் இருந்தார். காங்கிரஸ் தலைமையில் அமைந்த இரண்டாவது அமைச்சரவையில் ஆ ராசாவுக்கு மத்திய அமைச்சரவையில் தொலைத்தொடர்புத்துறை கிடைக்கச் செய்வதற்குக் கார்ப்பொரேட் தரகர் நீரா ராடியாவுடன் அவர் நடத்திய தொலைபேசி உரையாடல்கள் அம்பலமானது, ஸ்பெக்ட்ரம் ஊழலில் அவருக்குள்ள பங்குகள் குறித்து மத்தியப் புலனாய்வுத் துறை விசாரித்துவருவது ஆகிய சமீபத்திய நிகழ்வுகளை நினைவூட்ட வேண்டியதில்லை.

இப்போது திமுக ஒரு மர்மமான வலைப்பின்னலில் மீள முடியாமல் மாட்டிக்கொண்டிருப்பதுபோல் தோன்றுகிறது. உச்ச நீதிமன்றத்தின் கண்காணிப்பின் கீழ் நடைபெற்றுவரும் விசாரணையிலிருந்து அதிகாரத்தைப் பயன்படுத்தித் தப்புவது அவ்வளவு எளிதான காரியமல்ல என்பது வெளிப்படை. காங்கிரஸ் கட்சியால் அதுபோன்ற ஒரு வாக்குறுதியைக் கொடுக்க முடியாது என்பதும் அதே அளவுக்கு வெளிப்படையான விஷயம்தான். கட்சியின் அணிகளுங்கூட ஸ்பெக்ட்ரம் ஊழலில் கருணாநிதி குடும்பத்துக்குள்ள பங்கை நம்புகின்றனவோ எனச் சந்தேகிக்கத் தோன்றுகிறது.

கடந்த இரண்டு வாரங்களுக்கு முன்பு ஸ்பெக்ட்ரம் முறைகேட்டில் ஆதாயம் பெற்ற நிறுவனமொன்றிடமிருந்து கலைஞர் தொலைக்காட்சி நிறுவனத்துக்கு அளிக்கப்பட்ட 'கடனுதவி' பற்றிக் கருணாநிதியின் மனைவி தயாளு அம்மாளிடமும் மகள் கனிமொழியிடமும் விசாரணை நடத்துவதற்காக மத்தியப் புலனாய்வு அதிகாரிகள் அறிவாலயத்தில் அமைந்துள்ள கலைஞர் தொலைக்காட்சி அலுவலகத்துக்கு வந்தபோது, தேர்தலில் போட்டியிடுவதற்கான விண்ணப்பங்களை அளிப்பதற்காக அங்கே கூடியிருந்த ஆயிரக்கணக்கான திமுக தொண்டர்கள் அமைதியாக வேடிக்கை பார்த்துக்கொண்டிருந்தார்கள். பத்தாண்டுகளுக்கு முன்பு இதுபோல் நடந்திருந்தால் சி.பி.ஐ. அதிகாரிகள் தொண்டர்களால் முற்றுகையிடப்பட்டிருப்பார்கள். சிலரால் வர்ணிக்கப்படுவதுபோல் அவர் பத்மவியூகத்தில் மாட்டிக்கொண்ட அபிமன்யு அல்ல. அலிபாபா குகைக்குள் மாட்டிக்கொண்ட பேராசைக்காரர். வெளியே வருவதற்கான மந்திரத்தை மறந்துவிட்டவர். சட்டமன்றத் தேர்தலில் பெறும் வெற்றியின் மூலம் அதை நினைவூட்டிக்கொள்ள முடியும் என நம்புபவர்.

புற்றீசல்களைப்போலப் புறப்பட்டு வந்த அவருடைய பேரன்மார்களும் பேத்திமார்களும் திரைப்படத் துறை

உள்ளிட்ட பல்வேறு துறைகளிலும் பெற்றுள்ள அதிகாரம் அத்துறை சார்ந்தவர்களை அச்சுறுத்துவதாகச் சொல்கிறார்கள். கருணாநிதிக்குக் கட்சியின் மீதோ ஆட்சியின் மீதோ வலுவான பிடி இருப்பதாகக் கூடக் கருத முடியவில்லை. அவர் கட்சியில் அதிகாரம் பெற்றுள்ள சுயநலமிகளால் ஆட்டுவிக்கப்படு கிறாரோ எனத் தோன்றுகிறது. மக்களின் நம்பிக்கையைப் பெற்ற பெரும் தலைவர் என்ற முறையில் அவர் ஒரு முகமூடி யாகக்கூடப் பயன்படுத்தப்பட்டிருக்கிறார். கடந்த நாடாளு மன்றத் தேர்தலின்போது இலங்கையில் போர்நிறுத்தம் கோரி அவர் மேற்கொண்ட உலகப் புகழ் பெற்ற மூன்றேமுக்கால் மணிநேர உண்ணாவிரதம் அத்தகைய நாடகங்களில் ஒன்று. இந்த நாடகத்தின் சூத்திரதாரி காங்கிரஸ் கட்சியாகவோ இலங்கை அதிபர் ராஜபக்ஷேவாகவோ இருக்கலாம். கருணாநிதி அதற்கு ஒரு காப்பியத் தன்மையைக் கொடுக்க முயன்றார். அதிகாலையில் யாரிடமும் சொல்லிக்கொள்ளாமல் வீட்டை விட்டுப் புறப்பட்டவர் கடற்கரையில் உள்ள அண்ணா சமாதி யின் முன் உட்கார்ந்துவிட்டதாகச் சொன்னார். சில நிமிடங் களிலேயே களைத்துப்போய்விட்ட அவருக்குத் துணையாக ஆயிரக்கணக்கான கட்சிக்காரர்கள் திரட்டப்பட்டார்கள். அவருடைய மனைவியும் துணைவியும் அவரது தலை, கால் புறங்களில் உட்கார்ந்துகொண்டனர். இரண்டு பிரமாண்டமான ஏர்கூலர்கள் அவருக்குப் பின்புறம் வைக்கப்பட்டன. ஒரு பெரும் புரட்சி உருவாகிக்கொண்டிருப்பதான கற்பனை கட்டமைத்துப் பரப்பப்பட்டது. இந்த அரிய காட்சியை ஊடகத் துறையினர் பதிவுசெய்துகொண்டிருக்கும்போதே இலங்கை அதிபர் போர் நிறுத்தத்தை அறிவித்துவிட்டதாகச் சொல்லப் பட்டது. பெரும் சர்வாதிகாரி ஒருவரின் மனத்தை மூன்று மணிநேரத்திற்குள் மாற்றிக்காட்டிய வாழும் காந்தியாகத் திமுக தலைவரைச் சித்தரிப்பதற்கு அவருடைய கட்சிக்காரர்கள் கூச்சப்படவே இல்லை.

மக்களவைத் தேர்தலுக்கான வாக்குப்பதிவு முடியும்வரை இந்தப் புனைவு காப்பாற்றப்பட்டது. ஈழத் தமிழர்களின் உயிரையும் உரிமைகளையும் காப்பாற்றிய தலைவரின் முகத்தை முன்னிறுத்தி வாக்குக் கேட்டது காங்கிரஸ் – திமுக கூட்டணி. வாக்குப்பதிவு முடிந்த மறுநாள் தமிழ் மக்கள் மீதான தாக்கு தலைத் தீவிரப்படுத்தியது இலங்கை ராணுவம். சுட்டுவிரலில் இன்னும் உலர்ந்திராத அடையாளமையின் குறியைப் பார்த்துப் பெருமிதப்பட்டுக்கொண்டிருந்த வாக்காளர்கள் தாங்கள் ஏமாற்றப்பட்டதை உணர்ந்தபோது வாக்கு எண்ணிக்கை முடிந்திருந்தது. அதற்குப் பிறகு வாக்காளர்களுக்குச் செய்வதற்கு

ஒன்றுமிருக்கவில்லை. திமுக அணிக்கு வாக்களிப்பதற்காகத் தங்களுக்கு அளிக்கப்பட்ட பணத்தைக்கொண்டு வாக்காளர்கள் அரசு மலிவு விலையில் வழங்கும் அரிசியை வாங்கிக்கொள்ள லாம். சலுகை விலை மளிகைப் பொருட்களை வாங்கிக்கொள்ள லாம். இலவச வண்ணத் தொலைக்காட்சிப் பெட்டியில் கருணாநிதியின் குடும்ப உறுப்பினர்கள் மத்திய அமைச்சர் களாகப் பொறுப்பேற்றுக்கொள்வதைப் பார்த்து ரசிக்கலாம். மீதியிருக்கும் சொற்பப் பணத்தில் மனசாட்சியைக் கொல்வதற் காகக் கொஞ்சம் குடிக்கலாம். அவர்களது வாழ்வின் எல்லாத் தேவைகளையும் அரசு பார்த்துக்கொள்ளும்.

கருணாநிதி இப்போது முன்னெப்போதையும்விடத் தன்னம்பிக்கை மிகுந்தவராகத் தென்படுகிறார். அவருடைய புதல்வரும் துணை முதல்வருமான மு.க. ஸ்டாலினின் ‘சிங்காரச் சென்னை’த் திட்டத்துக்காகச் சென்னையின் புறநகரான செம்மஞ்சேரிக்கும் கன்னடபாளையத்துக்கும் விரட்டப்பட்ட கூவம், அடையாறு, பக்கிங்ஹாம் கால்வாய்க் கரையோரங்களில் வாழ்ந்து வந்த அப்பாவித் தலித்துகள்கூடத் தனக்கு வாக்களிப் பார்கள் என நம்புகிறார். கண்ணகி நகரில் முறையான கழிப்பிட வசதிகளோ மின்சார இணைப்புகளோ அற்ற 165 சதுரடிக் குடியிருப்புகளில் எலிகளைப் போல வாழும் பதினைந் தாயிரத்துக்கும் மேற்பட்ட சென்னை நகரின் விளிம்புநிலை மக்கள் தனது கட்சியின் வேட்பாளர்களுக்கு வாக்களிக்கத் தயங்க மாட்டார்கள் என அவர் உண்மையாகவே நம்புகிறாரோ என்று தோன்றுகிறது. கடந்த ஐந்தாண்டுகளில் அவரது அரசு விவசாயத் துறை வளர்ச்சிக்குப் பெரிதாக எதுவும் செய்யாத போதும் அவர்களுக்கு அளிக்கப்பட்ட சொற்பச் சலுகைகளுக் காகத் தன்னிடம் விசுவாசமாக இருப்பார்கள் எனக் கருதுகிறார். நெசவாளிகள், சிறு தொழில் முனைவோர், சிறு வியாபாரிகள் உள்ளிட்டவர்கள் தங்கள் வாழ்வாதாரம் கடுமையான பாதிப்புக் குள்ளானபோதும் திமுக அரசு அவர்களுக்கு வழங்கிய இலவசப் பொருட்களுக்காகவும் தேர்தலின்போது அவரது கட்சியின ரால் வழங்கப்படும் ஆயிரம், இரண்டாயிரம் ரூபாய் பணத்துக் காகவும் அவரது கட்சிக்கு வாக்களிப்பார்கள் என நம்புகிறார். அனைத்துத் தரப்பு மக்களையும் பாதித்த விலைவாசி உயர்வு கூட இந்தத் தேர்தலில் தனது அணிக்குப் பின்னடைவை ஏற்படுத்தும் என அவர் நம்பவில்லை. பொதுவிநியோகத் திட்டத்தின் கீழ் தனது அரசு வழங்கும் ஒரு ரூபாய் அரிசி, மலிவுவிலை மளிகைப் பொருட்கள் ஆகியவை விலைவாசி உயர்வால் ஏற்படும் பாதிப்புகளிலிருந்து மக்களைக் காப்பாற்றும் என அவர் கருதுகிறார்.

தனது கட்சியைச் சேர்ந்த முன்னாள் மத்திய அமைச்சர் ஆ. ராசாவும் கனிமொழியும் தயாளு அம்மாளும் ராசாத்தியும் மத்தியப் புலனாய்வுத் துறையினரின் விசாரணை வளையங் களிலிருந்தும் வழக்குகளிலிருந்தும் எப்படியாவது வெளியே வந்துவிட முடியும் என அவர் நம்புவது தெளிவாகத் தெரிகிறது. அது மூடநம்பிக்கைகூட அல்ல. இந்திய அரசியல்வாதிகளில் ஊழலுக்காக யாராவது கடுமையாகத் தண்டிக்கப்பட்டதற்கோ ஊழல் குற்றச்சாட்டுகளுக்காக அவர்களது அரசியல் வாழ்வு முடிந்துபோனதற்கோ எந்த முன்னுதாரணமும் இல்லை என்பது சுமார் எழுபதாண்டுக் கால அரசியல் அனுபவம்கொண்ட பழுத்த தலைவரான அவர் அறியாததா என்ன?

தேர்தல்களில் வெற்றி தோல்வியைத் தீர்மானிப்பது வெறும் கூட்டணிக் கணக்குதான் என்பதை அவர் அனுபவபூர்வமாக உணர்ந்திருப்பவர். அதற்காகக் கூட்டணிக் கட்சிகளுடனான கோட்பாடு சார்ந்த, நடைமுறைசார்ந்த வேற்றுமைகளையும் முந்தைய அனுபவங்களின் கசப்பையும் பொருட்படுத்தாத முதிர்ச்சி அவருக்கு உண்டு. 1975இல் அவசரநிலைக் காலத்தில் அப்போதைய பிரதமர் இந்திராகாந்தியின் எதேச்சாதிகாரப் போக்கால் தானும் தனது கட்சியும் நேரடியாகப் பாதிக்கப் பட்டதை அவர் எவ்வளவு சீக்கிரம் மறந்துவிட முடியுமோ அவ்வளவு சீக்கிரம் மறந்துவிட்டு 1980 மக்களவைத் தேர்தலில் அந்தக் கட்சியுடன் கூட்டணி வைத்துக்கொண்டார். பிறகு காங்கிரஸ் அவரைக் கைவிட்டது. அதைவிட முக்கியமாக மதவாதக் கட்சியென அவராலேயே வர்ணிக்கப்பட்ட பாரதிய ஜனதாக் கட்சியுடன் உறவு வைத்துக்கொள்வதற்கும் அவர் கூச்சப்பட்டதில்லை. தொண்டர்களையும் கட்சியையும் தன் நிலைப்பாடுகளை ஏற்றுக்கொள்ளச் செய்வதற்கான நாவன்மை யும் எழுத்துத் திறனும் அவருக்கு உண்டு. தன் சந்தர்ப்பவாத நிலைப்பாடுகளைப் புனிதப்படுத்துவது எப்படி என்பது அவருக்கு நன்றாகவே தெரியும். கூட்டணிக் கட்சிகளைப் பணியவைப்பதில் அவர் ஜெயலலிதாவைப் போல் ஒருபோதும் விவேகமற்றவராக நடந்துகொள்வதில்லை. விட்டுக்கொடுத்தலின் எல்லைகளை அவர் விரித்துக்கொண்டே போகும் இயல்புடை யவர். அதற்குக் கடந்த காலங்களின் வரலாற்றில் எத்தனையோ உதாரணங்கள் உள்ளன. சமீபத்திய உதாரணம் இந்த மாதம் காங்கிரஸ் கட்சியோடு கண்ட தேர்தல் உடன்பாடு.

காங்கிரஸ் கட்சி அவரை 'ஏமாற்ற'ப் பார்த்தது. அரசியல் பண்பாடே இல்லாமல் திமுகவிடம் அதிகத் தொகுதிகளைக் கேட்டது. முதலில் 50 தொகுதிகளைக் கேட்டவர்கள் பிறகு

அந்த எண்ணிக்கையைப் படிப்படியாக உயர்த்திககொண்டே போய்க் கடைசியில் 63 தொகுதிகள் தேவை எனப் பிடிவாதம் பிடித்தார்கள். அவர் பொறுமையிழந்தார். 60 தொகுதிகளுக்கு மேல் ஒன்றுகூடக் கொடுக்க முடியாது என அறிவித்தவர் காங்கிரஸ் கட்சியுடனான உறவை முறித்துக்கொள்வதாகச் சொன்னார். மைய அரசிலிருந்து தனது கட்சியைச் சேர்ந்த அமைச்சர்களை விலக்கிக்கொள்வதாகவும் அறிவித்தார்.

தலைவரின் கட்டளையைச் சிரமேற்கொண்டு பிரதமரைச் சந்தித்து ராஜினாமா கடிதங்களைக் கொடுப்பதற்காக அவருடைய புதல்வர் மு.க. அழகிரி தலைமையில் சென்றவர்கள் பிறகு மனத்தை மாற்றிக்கொண்டார்கள். நிதி அமைச்சர் பிரணாப் முகர்ஜியிடம் மன்றாடியவர்கள் பலகட்ட முயற்சிகளுக்குப் பிறகு காங்கிரஸ் தலைவி சோனியா காந்தியைச் சந்தித்தார்கள். கடைசியில் காங்கிரஸ் கட்சி கோரிய 63 தொகுதிகளைத் தருவதாக ஒப்புக்கொண்டு அமைச்சர் பதவிகளைத் தக்க வைத்துக்கொண்டு திரும்பினார் அஞ்சா நெஞ்சன். இதற்குள் கருணாநிதியின் சுயமரியாதை உணர்வை சிறுத்தை திருமாவும் மருத்துவர் ராமதாசும் பொன்னாடை போர்த்திப் பாராட்டினார்கள். கி. வீரமணி அவரைப் பெரியாரின் வாரிசு எனக் கொண்டாடுவதற்குக் கிடைத்த மற்றொரு தருணமாக நினைத்து அறிவாலயத்துக்கு விரைந்தார். எல்லாப் பாராட்டுகளையும் ஏற்றுக்கொண்ட கருணாநிதி காங்கிரசுக்கு அவர்கள் கேட்ட 63 தொகுதிகளை அப்படியே வழங்க ஒப்புக்கொண்டார். முஸ்லிம் லீக், பாட்டாளி மக்கள் கட்சி ஆகிய கூட்டணிக் கட்சிகள் தமக்கு ஒதுக்கப்பட்ட தொகுதிகளிலிருந்து தலா ஒரு தொகுதியைத் தருவதாக ஒப்புக்கொண்டதாகக் கருணாநிதியே அறிவித்தார். கூட்டணிக் கட்சிகளின் தியாகத்தையும் விட்டுக்கொடுக்கும் மனப்பான்மையையும் மனதாரப் புகழ்ந்தார். அவரது சாணக்கியத்தனத்தை வியப்பதைத் தவிரத் தமது தொகுதிகளை இழந்துவிட்ட கூட்டணிக் கட்சிகளுக்கு வேறு வழி இருக்கவில்லை. கடைசியில் முஸ்லிம் லீக் அறிவிக்கப்பட்ட மூன்று தொகுதிகளையும் பெற்றிருப்பது தனிக்கதை.

அவர் வெறும் சாணக்கியர் மட்டுமல்ல; வள்ளலும்கூட என்பது இந்தத் தேர்தலில் பாமக, விடுதலைச் சிறுத்தைகள், கொங்கு நாடு முன்னேற்றக் கழகம் ஆகிய கட்சிகளுக்குத் தொகுதிகளை வாரி வழங்கியிருப்பதன் மூலம் நிரூபித்திருக்கிறார். விடுதலைச் சிறுத்தைகளுக்கு அவர் பத்துத் தொகுதிகள் வழங்கியது ஆச்சரியத்திற்குரியதல்ல. சொல்லப்போனால் அவர்களுக்கு இன்னும் கூடுதலாகவே ஒதுக்கியிருக்க வேண்டும்.

சென்ற சட்டமன்றத் தேர்தலில் அதிமுகவோடு கூட்டணி அமைத்துப் போட்டியிட்ட அக்கட்சிக்கு, கடந்த காலங்களில் கருணாநிதியைத் தலித் விரோதியாகச் சித்தரித்துக் கட்டுரைகள் எழுதிய அக்கட்சியின் சட்டமன்ற உறுப்பினரும் பொதுச் செயலாளரும் மனித உரிமைப் போராளியுமான கவிஞர் ரவிக்குமார் அதற்குப் பிராயச்சித்தமாகக் கடந்த ஐந்தாண்டு களில் பல்வேறு சிற்றிதழ்களிலும் *ஜூனியர் விகடன்* முதலான பேரிதழ்களிலும் பல்வேறு தொலைக்காட்சிகளிலும் 'கலைஞரை' யும் திமுக ஆட்சியின் சாதனைகளையும் பற்றி ஓயாமல் எழுதியும் பேசியும் வருகிறார் அல்லவா அதற்காக இன்னும் இரண்டு தொகுதிகள் கூடுதலாகவே கொடுத்திருக்கலாம்.

ஆனால் பாமகவுக்கு அவர் 31 தொகுதிகளை (பிறகு அதிலிருந்து ஒன்றைக் காங்கிரசுக்கு விட்டுக்கொடுத்தது பாமக) ஒதுக்கியதற்காக அவரது பெருந்தன்மையையும் மன்னிக்கும் மனப்பான்மையையும் பாராட்டாமல் இருக்கவே முடியாது. சென்ற நாடாளுமன்றத் தேர்தலில் அதிமுக அணியிலிருந்த பாமகவை, அது போட்டியிட்ட ஏழு தொகுதிகளிலும் தோற் கடித்தே தீருவோம் எனச் சபதமிட்டுச் சொன்னபடி தோற் கடித்துக் காட்டிய திமுக இப்போது திருமண அழைப்பிதழ் கொடுக்க வந்த பாமகவின் நிறுவனர் ராமதாசின் கையில் 31 தொகுதிகளைத் திணித்து இன்ப அதிர்ச்சிக் கொடுத்திருக் கிறது. கருணாநிதியின் இந்தப் பெருந்தன்மை வேறு யாருக்கு வரும்?

தவிர, தேர்தல் களத்தில் குதித்திருக்கும் அவரது 'கதாநாயகி' திமுகவின் தேர்தல் வெற்றிக்கு உத்திரவாதமளிக்கும் என அவர் பெருமிதத்தோடு அறிவித்திருக்கிறார். குடும்பப் பெண் களுக்குக் கிரைண்டர் அல்லது மிக்சி, மகளிர் சுய உதவிக் குழுக்களுக்கு இரண்டு லட்ச ரூபாய் மானியம், அறுபது வயதுக்கு மேற்பட்டோருக்கு உள்ளூர் பேருந்துகளில் இலவசப் பயணம், கல்லூரி மாணவர்களுக்கு இலவச மடிக்கணினி எனத் தேர்தல் அறிக்கையில் இடம்பெற்றிருக்கும் இலவச அறிவிப்புகளைப் பார்த்தால் மக்கள் அவரது அணியை 234 தொகுதிகளிலும் வெற்றிபெறச் செய்துவிடமாட்டார்களா என்ன? சொன்னதை மட்டுமல்ல சொல்லாததையும் செய்யக் கூடியவர் என வாக்காளர்களுக்கு ஆசை காட்டுகிறார் துணை முதல்வர் ஸ்டாலின். 'கிரைண்டர், மிக்சி மட்டுமல்ல, தேர்தல் அறிக்கையில் இடம் பெறாத போதிலும் குளிர்சாதனப் பெட்டி யும் வாஷிங்மெஷினுங்கூடக் கிடைக்கும்' எனக் கூட்டங்களில் சொல்லத் தொடங்கியிருக்கிறார் மத்திய அமைச்சர் தயாநிதி

மாறன். வாக்காளர்களைப் பேராசைக்காரர்களாக மாற்றி அதன் மூலம் ஆதாயம் பெற முயல்கிறது திமுக.

இவை எவையும் கைகொடுக்கவில்லையெனில் இருக்கவே இருக்கிறது திருமங்கல பாணி. தேர்தல் கமிஷனின் கெடுபிடி களையும் மீறி வாக்காளர்களுக்குப் பணம் கொடுப்பது எப்படி என்பதை அவர் அறியாதவரல்ல. திருமங்கலம் இடைத் தேர்தலில் வாக்காளர்களுக்கு அழகிரியும் அவருடைய ஆட்களும் எப்படி யெல்லாம் பண விநியோகம் செய்திருக்கிறார்கள் என்பது சமீபத்தில் *விக்கிலீக்ஸ்* கேபிள் ஒன்றின் மூலம் அம்பலப்பட் டிருக்கும் உண்மைகளைப் பார்த்தால் அஞ்சா நெஞ்சனை யாராலும் விஞ்ச முடியாது என்பது புலப்படும். *விக்கிலீக்ஸ்* அறியாத பல தகவல்களைத் தமிழ் புலனாய்வு ஊடகங்கள் அறிந்திருக்கின்றன. பணத்தைப் பெற்றுக்கொள்ளும் வாக்காளர் களிடம் கற்பூரத்தைக் கொளுத்திச் சத்தியம் வாங்கியதாகவும் பெண் வாக்காளர்களிடம் தாலியின் மீது சத்தியம் செய்யச் சொன்னதாகவும் தகவல்கள் வந்தன. இப்போது பணத்தைக் கடத்துவதற்கு 108 ஆம்புலன்ஸ் வண்டிகளைப் பயன்படுத்துவ தாகவும் குற்றச்சாட்டுகள் எழுந்துள்ள நிலையில் இந்தத் தேர்தலில் திமுக பின்பற்றும் புதிய உத்திகள் பற்றிய விவரங் களைப் பற்றித் தேர்தலுக்குப் பின்னரே நம்மால் தெரிந்து கொள்ள முடியும்.

திமுகவின் இத்தகைய 'போர்த் தந்திர'ங்களை எதிர்கொள் வதற்கான வலு அதிமுகவுக்கு இருக்கிறதா? கடந்த காலங்களில் நடைபெற்ற இடைத்தேர்தல்களின் முடிவுகளைப் பார்த்தால் இல்லையென்றே சொல்லத் தோன்றுகிறது. வாக்காளர்களிடம் திமுக ஆட்சிக்கெதிரான மனோநிலை தென்படுவதாகவும் அதிமுக தலைமையிலான கூட்டணி வெற்றிபெற்று ஆட்சிய மைக்கும் என்பதாகவும் வந்துள்ள சில கருத்துக்கணிப்புகள் திமுகவின் 'உத்தி'களைக் கணக்கிலெடுத்துக்கொண்டவை அல்ல. ஆளும் கட்சியின் மீதான மக்களின் அதிருப்தியைப் பயன்படுத்திக்கொண்டு வெற்றிபெறுவதற்கான தார்மீக வலிமை அக்கட்சியின் தலைமைக்கு இருக்கிறதா என்னும் சந்தேகம் பரவலாக உள்ளது. ஜெயலலிதாவின் அணுகுமுறை இடதுசாரிகள், தேமுதிக, மதிமுக உள்ளிட்ட அதிமுகவின் கூட்டணிக் கட்சிகளுக்கு மட்டுமல்லாமல் வாக்காளர்களுக்கும் அதிருப்தியை ஏற்படுத்தியிருக்கும் ஒன்று. அவர் தன் எதேச்சா திகாரப் போக்கைக் கைவிடவே இல்லை என அரசியல் நோக்கர்கள் கருதுகிறார்கள். அதிமுகவின் சார்பாகக் கடந்த 18ஆம் தேதி வெளியிடப்பட்ட அக்கட்சியின் வேட்பாளர்

பட்டியல் குறித்து வெளிவந்திருக்கும் தகவல்கள் அக்கட்சிக்குப் பெருமை சேர்ப்பதாகவோ வாக்காளர்களுக்கு நம்பிக்கையளிப்ப தாகவோ இல்லை.

ஜெயலலிதா இன்னுங்கூட அவருடைய தோழி சசிகலா, அவருடைய உறவினர்களின் கட்டுப்பாட்டில் இருக்கிறார் என்றே நம்பப்படுகிறது. கூட்டணிக் கட்சிகளைக் கலந்தாலோசிக் காமல், அவர்கள் கேட்ட தொகுதிகளைச் சேர்த்து வெளியிடப் பட்ட பட்டியலைக் கண்டு அதிர்ச்சியடைந்த தேமுதிக உள்ளிட்ட தோழமைக் கட்சிகள் தேமுதிக தலைவர் விஜயகாந்த் தலைமையில் கூடி ஜெயலலிதாவை எச்சரித்தன. கடைசியில் அதிரடி நடவடிக்கைகளுக்குப் பேர் போன ஜெயலலிதா விஜயகாந்தின் 'மூன்று நிபந்தனை'களுக்குப் பணிந்துபோக வேண்டியதாயிற்று. திமுக அணியை முந்திக்கொண்டு கூட்டணிக் கட்சிகளுடன் முதற்கட்டப் பேச்சு வார்த்தையை முடித்துக்கொண்ட ஜெயலலிதா 'மூன்றாவது அணி' அமை வதைத் தடுப்பதற்குள் விழிபிதுங்கிப் போனார்.

இடதுசாரிகள், தேமுதிக தலைவர்களுடன் விடிய விடிய ஆலோசனை நடத்தி அவர்கள் கேட்ட தொகுதிகளைக் கொடுத்து விட்டுப் பிரச்சாரத்தைத் தொடங்கியிருக்கும் ஜெயலலிதாவிடம் எந்தவொரு அரசியல் திட்டமும் இருப்பதாகத் தெரியவில்லை. திமுக அரசின் மீதான மக்களின் அதிருப்தியையும் ஸ்பெக்ட்ரம் ஊழலையும் அவர் பெரிதாக நம்பிக்கொண்டிருக்கிறார் எனத் தோன்றுகிறது. சென்ற வருடத்தில் கோயமுத்தூர், மதுரை, திருச்சி ஆகிய நகரங்களில் அவர் நடத்திய ஆர்ப்பாட்டங் களுக்குத் திரண்டு வந்த மக்கள் கூட்டம் உணர்த்திய செய்தியை அவர் சரியான அர்த்தத்தில் புரிந்துகொள்ளவில்லையோ என்று தோன்றுகிறது.

மதுரைக் கூட்டத்தில் கருணாநிதியைத் 'தீயசக்தி' என வர்ணித்தார் ஜெயலலிதா. சென்ற நவம்பரில் மத்தியத் தணிக்கைத் துறை அறிக்கை வெளியானதற்குப் பின்னர் ஸ்பெக்ட்ரம் ஊழல் தொடர்பாக வெளிவந்துகொண்டிருக்கும் தகவல்கள் அவரது வர்ணனையை நியாயப்படுத்துபவையாகவே உள்ளன. கருணாநிதிக்கும் அவருடைய குடும்ப உறுப்பினர் களுக்கும் மத்தியிலும் மாநிலத்திலும் அதிகாரத்தைத் தக்க வைத்துக்கொள்வது கட்டாயமாகியிருக்கிறது. தண்டனையி லிருந்து தப்பித்துக்கொள்வதற்கு அவரும் அவருடைய புதல்வர் களும் சாத்தியப்பட்ட எல்லா வழிமுறைகளையும் கையாள் வார்கள் என்பதில் சந்தேகமில்லை. கருணாநிதிக்கு மாற்றாகத் தன்னை முன்னிறுத்திக்கொள்ளும் ஜெயலலிதாவால் அவற்றைத்

தடுக்க முடியும் என நினைப்பது அபத்தமான கற்பனையாகவே தோன்றுகிறது. கடந்த ஐந்தாண்டுகளில் எதிர்க்கட்சித் தலைவராக அவர் செயல்படவே இல்லை. பல தருணங்களில் அவர் எங்கிருக்கிறார் என்பது அவரது கட்சிக்காரர்களுக்கேகூடத் தெரிந்திருக்கவில்லை.

சட்டமன்றத்தில் அறுபதுக்கும் மேற்பட்ட உறுப்பினர்களுடன் வலுவான எதிர்க்கட்சியின் தலைவியாக இருந்தபோதும் அவர் அரசின் தவறுகளை விமர்சிக்கத் தவறினார். சென்ற ஆண்டில் அத்தியாவசியப் பொருட்களின் விலை கடுமையாக உயர்ந்து மக்கள் வாழ்வை எதிர்கொள்வதற்கே திணறிய போதும் விலைவாசியைக் கட்டுப்படுத்துவதற்கான நடவடிக்கைகளை மேற்கொள்வதற்கான அழுத்தத்தைச் சட்டமன்றத்திற்கு உள்ளேயும் வெளியேயும் நடத்தியிருக்க வேண்டிய கடமையை அவர் முற்றாகப் புறக்கணித்தார். 'அம்மா'வின் உத்தரவு கிடைக்காததால் கட்சியின் மூத்த தலைவர்கள் செயலற்று முடங்கினர். செயல்பட முடியாத கட்சியிலிருந்து சட்டமன்ற உறுப்பினர்கள் சிலரும் முன்னாள் அமைச்சர்களும் வெளியேறினர். சிலர் விலைகொடுத்து வாங்கப்பட்டதாகவும்கூடச் செய்திகள் வந்தன. தொண்டர்களுங்கூட வெளியேறினர். திமுக எல்லோரையும் 'அரவணைத்துக்'கொண்டது.

திமுக கூட்டணியிலிருந்து வெளியேறிய இடதுசாரிகளுங்கூடத் தம் போராட்டக் குணத்தைக் கைவிட்டதுதான் துயரம். கருணாநிதி அரசின் அத்துமீறல்களை அவர்கள் வெறுமனே வேடிக்கை பார்த்துக்கொண்டிருந்தார்கள். பன்னாட்டு நிறுவனங்களுடன் திமுக அரசு செய்துகொண்ட புரிந்துணர்வு ஒப்பந்தங்கள் விவசாயிகளின் வாழ்வாதாரங்களைப் பாதித்ததைத் தடுகக, பறிபோய்க்கொண்டிருக்கும் தொழிற்சங்க உரிமைகளைப் பாதுகாக்க அவர்கள் என்ன செய்தார்கள் என்பது யாருக்குமே தெரியவில்லை. இடதுசாரிகளின் அரசியல் ரீதியான இந்தப் பலவீனம்தான் முதல் நாள் அதிமுக, தங்களுக்கு 18 தொகுதிகள் ஒதுக்காவிட்டால் மாநிலச் செயற்குழுவைக் கூட்டி முடிவெடுப்போம் என வீராப்பாக அறிவித்த மார்க்சிஸ்ட் கட்சியின் மாநிலச் செயலாளர் ஜி. ராமகிருஷ்ணனை மறுநாள் சத்தமில்லாமல் ஜெயலலிதாவைச் சந்தித்து 12 தொகுதிகளை ஒத்துக்கொள்ள நிர்ப்பந்தித்தது.

ஆக மாற்று எனச் சுட்டிக் காட்டுவதற்கு யாருமே இல்லை.

சரியான மாற்று இல்லாத ஒரு சூழல் வாக்காளர்களைக் கையறு நிலைக்குத் தள்ளியிருக்கிறது. ஜனநாயகத்தின் மீதும்

தேர்தல்கள் மீதும் எழுந்துள்ள அவநம்பிக்கை வாக்காளர்களின் புரிதலைக் கடுமையாகப் பாதித்திருக்கிறது. கட்சிகளிடமிருந்து கிடைக்கும் சொற்பத் தொகையைத் தவிர தேர்தல்களால் தனக்கு ஆதாயமும் இல்லை என ஒரு வாக்காளன் நம்பத் தொடங்குவதை நம் ஜனநாயகத்துக்கு ஏற்பட்டுள்ள பேராபத்தாகவே கருத வேண்டும். திமுக மீண்டும் அதிகாரத்தைக் கைப்பற்ற முடிந்தால் அந்த ஆபத்துப் பல மடங்காகப் பெருகக் கூடும். கருணாநிதியும் அவருடைய குடும்ப உறுப்பினர்களும் ஸ்பெக்ட்ரம் ஊழல் வழக்கிலிருந்து தம்மை விடுவித்துக்கொள்வதற்குத் தமிழகத்தின் ஆட்சியதிகாரம் திமுகவுக்கு உதவக் கூடும். சாதிக் பாட்சாவைப் போல மத்தியப் புலனாய்வுத் துறையின் பிடியிலிருக்கும் சாட்சிகளில் இன்னும் யாராவது தூக்கிட்டுத் 'தற்கொலை' செய்துகொள்ளும் கதைகளை நாம் கேட்கலாம்.

அதிமுக வெற்றிபெற்று ஜெயலலிதா மீண்டுமொருமுறை முதல்வரானால்? சந்தேகமென்ன, ஒரு 'பொறுப்புள்ள' எதிர்க் கட்சியாக ஜெயலலிதாவிடமிருந்து ஜனநாயகத்தை மீட்டெடுப்பதற்காகத் திமுக போராடும். அதிகாரத்திற்கான பேராசையோடு தேர்தல் களத்தில் நிற்கும் திமுகவுக்கும் அதிமுகவுக்கும் தேர்தல் செல்வம் நிரம்பிய குகையின் வாயிலைத் திறப்பதற்கான மந்திரச் சொல். வாக்காளர்களுக்கோ அது மாயமான் வேட்டை.

ஏப்ரல், 2011

இது அல்லது அது அல்லது இதுவும் அதுவும்

கடந்த 2006ஆம் ஆண்டு முதல் திமுக அரசால் நடைமுறைப்படுத்தப்பட்டுவரும் 'நலத்திட்டங்கள்' தொடரவும் திராவிட இயக்கத்தின் கொள்கைகளைப் பாதுகாக்கவும் ஆறாம் முறையாகக் கருணாநிதியை முதல்வராக்குவதைத் தவிர மக்களுக்கு வேறு கதியில்லை என்னும் முழக்கத்துடன் தேர்தல் களத்தைச் சந்தித்த திமுக – காங்கிரஸ் கூட்டணி, இறுதியில் இந்தியத் தேர்தல் ஆணையத்தின் கண்டிப்பான அணுகுமுறையையும் மீறித் திருமங்கலம் பாணியில் வாக்காளர்களுக்குப் பணப்பட்டுவாடாவைச் செய்துமுடித்துவிட்ட திருப்தியுடன் வெற்றியை எதிர்பார்த்துக் காத்திருக்கிறது. காங்கிரஸ் கட்சியுடனான தொகுதிப் பங்கீட்டில் ஏற்பட்ட நெருக்கடிகளைத் 'தோழமை'யுடன் தீர்த்துக்கொண்டு, வாக்காளர்களுக்குத் தன் 'கதாநாயகி'யை அறிமுகப்படுத்தியபோது கருணாநிதிக்குத் தன் அணியின் வெற்றி குறித்து எந்தச் சந்தேகமும் எழுந்திருக்க வாய்ப்பில்லை. எழுபது பக்கங்களைக் கொண்ட அந்த அறிக்கையை முழுமையாக அவர் வாசித்து முடிக்கும்வரை மூச்சுக்கூட விடாமல் கேட்டுக்கொண்டிருந்த திமுகவினர் அதில் இடம்பெற்றிருந்த இலவச அறிவிப்புகளைக் கேட்டுத் திக்குமுக்காடிப் போய்விட்டனர். அவர்களது உறைந்த முகங்களில் வெற்றிக்களிப்புத் தென்படுவதற்கே கொஞ்ச நேரம் ஆயிற்று.

பெண்களுக்கு மிக்சி அல்லது கிரைண்டர், மூத்த குடிமக்களுக்கு இலவச பஸ் பாஸ், கல்லூரி மாணவர்களுக்கு இலவச லேப் – டாப், மகளிர் சுய உதவிக்

குழுக்களுக்கு இரண்டு லட்ச ரூபாய் மானியம், இலவசக் கான்கிரீட் வீடுகள் முதலான கவர்ச்சிகரமான வாக்குறுதி களுடன் களமிறங்கியிருந்த தன் கதாநாயகியை எதிர்கொள்ளும் திராணி, ஜெயலலிதாவுக்கு இருக்க முடியும் என அவர் கொஞ்சம்கூட எதிர்பார்க்காததுதான் ஆச்சரியம். ஆனால் கூட்டணிக்கட்சிகளுடனான பிணக்குகளை முடித்துக்கொண்டு ஸ்ரீரங்கத்தில் ஜெயலலிதாவால் வெளியிடப்பட்ட தேர்தல் அறிக்கையில் இடம்பெற்றிருந்த இலவச அறிவிப்புகளைப் பார்த்து அவர் திகைத்துப்போனார். ‘கவனமாகக் கேளுங்கள், மிக்சி அல்லது கிரைண்டர் அல்ல, மிக்சி, கிரைண்டர் இரண்டுமே வழங்கப்படும்; கூடுதலாக மின்விசிறியும் உண்டு’ என ஜெயலலிதா அறிவித்த அந்தக் கணத்தில் திமுகவின் ‘கதாநாயகி’ ஒரு கேலிச்சித்திரமாக மாறியிருந்தாள். தேர்தல் களம் ஒரு போர்க்களமாக மாறியது.

புத்தம் புதிய கோட்டையில் புத்திரர்கள் புடைசூழ ராஜ்ய பரிபாலனம் செய்துகொண்டிருந்த மாமன்னருக்கு இப்போது ஆயுதமேந்திப் போர்முனைக்குச் செல்ல வேண்டிய கட்டாயம் ஏற்பட்டது. ஓய்வேயில்லாமல் நடைபெற்ற பாராட்டு விழாக்களில் அரங்கேற்றப்பட்ட கேளிக்கைகளைக் கைதட்டி ரசித்துக்கொண்டிருந்த மாமன்னர் இப்போது தன்னைத் தீயசக்தி என வர்ணிக்கும் ஒரு மூர்க்கமான எதிரியைச் சந்திக்க வேண்டி யிருந்தது. அவர் தன் ஐம்பதாண்டுகளுக்கும் மேலான அரசியல் வாழ்வில் எண்ணற்ற களங்களைக் கண்டவர். நெருக்கடியான தருணங்களில்கூட மிகச் சாதுரியமாகச் செயல்பட்டவர். மிக மோசமான தோல்விகளிலிருந்து மீண்டெழுவது எப்படி என்பதை மற்றவர்களுக்குக் கற்றுக்கொடுக்குமளவுக்கு அனுபவம் வாய்ந்தவர். ஆனால் அவரது ஆயுதங்கள் முனை மழுங்கிப் போயிருந்தன. அவரைச் சூழ்ந்திருந்த சஞ்சயன்களும் விதுரன் களும் விவரித்ததுபோல் நிலைமை இல்லையென்பதை அவர் மிகத் தாமதமாகத்தான் தெரிந்துகொண்டார். இடையறாத கேளிக்கைகளிலும் அரசியல் சூதாட்டங்களிலும் மூழ்கியிருந்த புத்திரர்கள் இப்போது அவசர அவசரமாக யுத்தக் களத்துக்கு வந்து நின்றார்கள். போர்க்களத்தை அவர்கள் சூதாட்டக் களமாக மாற்றியிருந்தார்கள்.

திமுகவின் தேர்தல் அறிக்கையில் அவ்வளவு இலவச அறிவிப்புகள் இடம்பெறாமலிருந்திருந்தால் ஜெயலலிதாவின் தேர்தல் அறிக்கை அரசியல் பார்வையாளர்களால் கேலிசெய்யப் பட்டிருக்கும். ஜனநாயகவாதிகள், அரசியல் நோக்கர்கள், பொருளாதார வல்லுநர்களின் கடும் விமர்சனங்களுக்குள்ளாகி

யிருந்திருக்கும். இப்போது எல்லோருமே மௌனமாக இருக்க வேண்டியதாயிற்று. அதிமுகவின் தேர்தல் அறிக்கை, திமுகவின் தேர்தல் அறிக்கையைப் பார்த்துக் காப்பியடிக்கப்பட்டது எனக் கேலிசெய்வதற்கு மேல் கருணாநிதியாலும் அவருடைய ஆதரவாளர்களாலும் எதுவும் சொல்ல முடியாமல் போனதைப் பார்க்கப் பரிதாபமாக இருந்தது. திகைப்பிலிருந்து மீண்ட கருணாநிதியும் கூட்டணிக் கட்சித் தலைவர்களும் நகைச்சுவை நடிகர் வடிவேலு தலைமையில் ஜெயலலிதாவின் 'கற்பனை வறட்சி'யைப் பற்றிக் கிண்டலடித்துக்கொண்டிருந்தபோது அதைப் பொருட்படுத்தாமல் தன் பிரச்சாரத்தின் உள்ளடக் கத்தை அடியோடு மாற்றியிருந்தார் ஜெயலலிதா.

நாட்டுக்கு ஒரு லட்சத்து எழுபதாயிரம் கோடி ரூபாய் வருவாய் இழப்பை ஏற்படுத்திய ஸ்பெக்ட்ரம் ஊழல், அதில் அவருடைய மகள் கனிமொழி, மனைவி தயாளு அம்மாள் உள்ளிட்ட குடும்பத்தினருக்குள்ள பங்கு, அத்தியாவசியப் பொருள்களின் கட்டுக்கடங்காத விலையேற்றம், சட்டம் ஒழுங்கு சீர்குலைவு, பெருகிவரும் கொலை, கொள்ளைகளுக்குக் காரணமான ரவுடியிசம், சகலதுறைகளிலும் பெருகியிருக்கும் கருணாநிதியின் குடும்ப ஆதிக்கம் முதலான, கருணாநிதி கெட்ட கனவாக நினைத்து மறந்துவிட விரும்பும் பிரச்சினை களை முன்வைத்துத் திமுகவைக் கடுமையாக விமர்சித்துப் பிரச்சாரத்தைத் தொடங்கியிருந்த ஜெயலலிதாவை அரசியல் ரீதியில் எதிர்கொள்வதற்குத் திணறிய கருணாநிதி அவரது குற்றச்சாட்டுகளுக்குப் பதில் சொல்வதை முற்றாகத் தவிர்த்து விட்டுத் தன் அரசின் ஐந்தாண்டுக் காலச் 'சாதனை'களை நினைவூட்டுவதற்குப் பெரும் பிரயத்தனப்பட்டார்.

அவரும் அவருடைய புதல்வரும் மத்திய அமைச்சருமான அழகிரி மலையென நம்பிக்கொண்டிருந்த திருமங்கலம் பாணியைத் தேர்தல் ஆணையம் தன் கறாரான நடவடிக்கைகள் மூலம் தடுத்து நிறுத்த முற்பட்டபோது அதற்கெதிராகப் 'பொங்கி யெழுவதை'த் தவிர அவருக்கு வேறு வழியிருக்கவில்லை. இந்தியத் தேர்தல் ஆணையம் ஜெயலலிதாவைவிட அபாயகர மான சக்தியாகத் தென்படத் தொடங்கியது அவருக்கு. எனவே தான் எதிர்க்கட்சிகளை விமர்சிக்கும் பொறுப்பைச் சல்லியனைப் போலக் கடைசி நேரத்தில் வந்து சேர்ந்த மருத்துவர் ராமதாஸ், தொல். திருமாவளவன், நடிகர் வடிவேலு முதலான சிற்றரசர் களிடம் விட்டுவிட்டு ஆணையத்தை வதம் செய்யப் புறப்பட் டார் முதல்வர். இருபது நாள்களுக்கும் மேலாக நடத்தப்பட்ட யுத்தத்தின்போது அவர் மக்களுக்குப் பல வரங்களை அளித்தார்.

தன் எதிர்ப்பாளர்களுக்கும் தேர்தல் ஆணையத்துக்கும் கொடிய சாபங்களை இட்டார். வரம் பெற்றவர்களில் சிலர் அவரால் சபிக்கப்பட்டவர்கள் என்பதுதான் விநோதம்.

கூட்டணி தொடர்பான பேச்சுகள் முறிந்தபோது எந்தக் கட்சியை அவர் சபித்தாரோ அதே காங்கிரஸ் கட்சியின் வேட்பாளர்களைத் தயக்கமில்லாமல் 63 நாயன்மார்கள் என வாழ்த்தி வெற்றிபெற வரமளித்து வேட்புமனுத் தாக்கல் செய்ய வழியனுப்பிவைத்தார். தேர்தல் ஆணையத்தின் நடவடிக்கைகளைக் குறித்து விமர்சிக்கும்போது சனாதனிகள் பயன்படுத்தும் ஒரு வழக்காற்றை மேற்கோள் காட்டக்கூட அவர் தயங்கவில்லை. அவருடன் இருந்த பெண்ணியவாதிகள், தலித்திய அறிவுஜீவிகள், சனாதன எதிர்ப்பாளர்கள், பின் நவீனத்துவ அரசியல் நோக்கர்களைத் திகைக்கவைத்த அந்த வழக்காறு இதுதான் – மங்கை சூதகமானால் கங்கையில் குளிக்கலாம், கங்கையே சூதகமானால் எங்கு போய் மூழ்குவது?

ஆனால் வார்த்தை விளையாட்டுகளின் மூலம் வாக்காளர் களைக் கவர்வது காலாவதியாகிப்போன வழிமுறை என்பதைப் பல பத்தாண்டுகளுக்கு முன்னரே புரிந்துகொண்டிருந்தவர் அவர். தேர்தலைச் சூதாட்டக்களமாகக் கருதியதால் அதில் வெற்றிபெறுவதற்குத் தந்திரங்களும் மோசடிகளும் அவசியம் என்பதை உணர்ந்திருப்பவர். அவருடைய புதல்வர்கள் இப்போது பதினாறடி பாயும் அளவுக்குத் தேர்ச்சி பெற்றிருக் கிறார்கள். கடந்த ஐந்தாண்டுகளில் நடைபெற்ற தேர்தல் களங்களில் அவர்களது பாய்ச்சலின் மூர்க்கத்தைக் கண்கூடாகப் பார்த்திருந்தவருக்கு இந்தத் தேர்தல் களம் அவ்வளவு கடினமான தாகத் தோன்றாதது இயல்பே. ஆனால் தேர்தல் ஆணையம் தேர்தலை நியாயமாகவும் சுதந்திரமாகவும் நடத்துவதில் காட்டிய மூர்க்கம் அவரை அதிர்ச்சியடையவைத்தது.

உண்மையில் கருணாநிதிக்குத் தன் ஐந்தாண்டுக் கால ஆட்சியின் சாதனைகள் மீது எந்த நம்பிக்கையும் இருந்ததாகத் தெரியவில்லை. இல்லையென்றால் சுதந்திரமான, நியாயமான, பாரபட்சமற்ற ஒரு தேர்தலைக் குறித்து அவர் பயப்பட்டிருக்கவே மாட்டார். ஆணையம் கள்ள ஓட்டுகளைத் தடுப்பதற்கும் பணப்பட்டுவாடாவை முடக்குவதற்கும் சட்ட ரீதியில் எடுக்கும் முயற்சிகள் அவரைப் பதற்றமடையச் செய்திருக்காது. முதல்வர் என்ற ரீதியில் ஆணையத்தின் நடவடிக்கைகளை வரவேற்றிருக்க வேண்டியதும் அதன் நடவடிக்கைகளுக்கு ஒத்துழைப்புக் கொடுத் திருக்க வேண்டியதுமான தார்மீகக் கடமையை அவர் கை

கழுவியிருக்கவும் மாட்டார். எல்லாவற்றையும்விட முக்கியமாக ஆணையத்தை ஏமாற்றிவிட்டு, அதிகாரத்தைப் பயன்படுத்திக் கடைசி நேரத்தில் வாக்காளர்களுக்குப் பணம் கொடுப்பதை அனுமதித்திருக்கவும் மாட்டார்.

தேர்தல் பிரச்சாரக் கூட்டமொன்றில் மக்களிடமிருந்து 'நன்றி'யை எதிர்பார்ப்பதாகக் கூறியபோது முதல்வருக்கு நா தழுதழுத்தது. இந்தமுறை அதிகாரத்தை இழப்பது என்பதற்கு அர்த்தம் அடுத்துவரும் ஐந்தாண்டுகளில் எதிர்க்கட்சி வரிசையில் அமர வேண்டும் என்பது மட்டுமானதாக இருக்கப்போவதில்லை என்பதை மிகத் தெளிவாக உணர்ந்திருந்தார். சென்ற 2001இல் திமுகவிடமிருந்து அதிகாரத்தைக் கைப்பற்றியபோது ஜெயலலிதா அரசு மேற்கொண்ட நள்ளிரவுக் கைது நடவடிக்கைகள் நினைவுக்கு வராவிட்டாலுங்கூட வேறு பல காரணங்களுக்காகக் கருணாநிதிக்கு அது மிக மோசமானதாக இருக்கும்.

முதல்முறையாக அவர் அரசியல் அல்லாத காரணங்களுக்காக ஆட்சிப் பொறுப்பை வேண்டி நிற்கிறார். அவரையும் அவருடைய குடும்பத்தினரையும் சூழ்ந்துள்ள அபாயங்களின் கடுமையிலிருந்து ஓரளவாவது காத்துக்கொள்ள ஆட்சிப் பொறுப்பு அவசியம் என்பதை அவரைவிட அவருடைய தொண்டர்கள் தெளிவாகப் புரிந்துகொண்டிருக்கிறார்கள். தம் மகத்தான தலைவரையும் அவரது அன்புக்குரிய குடும்பத்தினரையும் காப்பாற்றுவதற்கு அவர்கள் தம் வாழ்வையும் ஜனநாயக நெறிமுறைகளையும் 'அர்ப்பணிக்க'வும் தயாராகியிருக்கிறார்கள். தொண்டர்கள் தன்மீது வைத்திருக்கும் அன்பின் தீவிரத்தை நம்பியே அவரால் தன் கட்சியால் ஆட்சியமைக்கும் அளவுக்குப் பெரும்பான்மை பெறமுடியும் எனச் சொல்லவைத்திருக்கிறது. கொளத்தூர் தொகுதியில் போட்டியிடும் புதல்வர் மு.க. ஸ்டாலினோ வாக்காளர்களிடம் காலில் விழுந்து வாக்குக் கேட்பதாக அறிவித்து ஏற்கனவே நெகிழ்ந்துபோயிருக்கும் தொண்டர்களை மேலும் நெகிழச் செய்தார். தலைவரும் தொண்டர்களும் மனப்பிறழ்வுக்குள்ளானவர்களைப்போல் தென்பட்டார்கள். யாரிடமும் எவ்விதமான தார்மீக நெறியும் எஞ்சியிருக்கவில்லை.

எதிர் அணியில் தென்பட்ட சிறுசிறு குழப்பங்களைக் கண்டு கருணாநிதியும் அவருடைய புத்திரர்களும் பூரித்துப் போனார்கள். தனது அரசின் சாதனைகளும் திருமங்கலம் பாணியும் கைகொடுக்காவிட்டாலும் எதிர் அணியின் பலவீனங்கள் வெற்றிக்குத் துணைபுரியும் எனத் திமுக தரப்பு நம்பியது தான் காரணம். கருணாநிதியின் பிரச்சாரக் கூட்டங்களை

ஒளிபரப்புவதில் காட்டிய அக்கறையைவிட அதிமுக கூட்டணிக் கட்சிகளுக்கிடையே தொகுதிப் பங்கீட்டில் ஏற்பட்ட நெருக்கடி களை ஒளிபரப்புவதில் திமுக ஆதரவுத் தொலைக்காட்சி அலைவரிசைகள் காட்டிய அக்கறையின் தீவிரத் தன்மையே இதற்குச் சான்று. தேமுதிக தலைவர் விஜயகாந்த் எப்படியாவது தன் சுயமரியாதையைக் காப்பாற்றிக்கொண்டுவிட மாட்டாரா எனத் திமுக தலைவர்கள் ஏங்கியதை நினைத்தால் மெய்சிலிர்க் கிறது. 'நண்பர் விஜயகாந்த் சுயமரியாதை உள்ளவர், அதிமுக வுடன் கூட்டணி அமைப்பதாக இன்றுவரை அவர் சொல்லவே இல்லையே. ஜெயலலிதாவைச் சந்திக்கவும் இல்லையே' எனத் தனயன் அழகிரி சொன்னதைத் திரும்பத் திரும்ப ஒளிபரப் பாமல் இருந்திருந்தால் விஜயகாந்த் அன்றைய பின்னிரவு நேரத்தில் போயஸ் தோட்டத்துக்குப் போய் ஜெயலலிதாவைச் சந்தித்து ஒப்பந்தத்தில் கையெழுத்திட்டிருப்பாரா என்பது சந்தேகம்தான். தமையனுக்கு ஈடாகத் தந்தையும் சில சாதனை களை நிகழ்த்தினார்.

ஈரோடு பிரச்சாரக் கூட்டத்தில் பேசிய கருணாநிதி திமுக அணியில் தான்தான் (அடியேன்தான்!) முதல்வர் என்பதைக் கூட்டணிக் கட்சிகள் ஒப்புக்கொண்டுவிட்டன, ஆனால் அதிமுக அணியில் யார் முதல்வர் என்பதை அறிவிக்க வில்லையே – குறிப்பாக விஜயகாந்த் எதுவும் சொல்லவில்லையே என 'ஆடு நனைகிறதே' என்னும் ரீதியில் கவலைப்பட்டதை அடுத்தே விஜயகாந்த் அதிமுக அணி வெற்றி பெற்றால் ஜெயலலிதாதான் முதல்வர் என அறிவித்தார். கருணாநிதி கேள்வி எழுப்பாமலிருந்திருந்தால் கூட்டணிக் கட்சித் தலைவர் களுடன் ஜெயலலிதா கலந்துகொண்ட கோவைப் பிரச்சாரக் கூட்டமும்கூட நடத்தப்பட்டிருக்குமா என்பது சந்தேகம்தான். விஜயகாந்த் கலந்துகொள்ளாதபோதும் அதிமுக அணிக்குப் பெரும் உத்வேகத்தைத் தந்தது அந்தக் கூட்டம். அதை ஊட்டியவர் கருணாநிதி. இப்படி இந்தக் கதை நீண்டுகொண்டே போனது.

விஜயகாந்த் திமுகவினருக்குப் பல வாய்ப்புகளை உரு வாக்கிக் கொடுத்தார். ஒரு கூட்டத்தில் பொதுமக்கள் முன்னிலை யில் தன் வேட்பாளர் ஒருவரைத் தாக்கியதாக ஒரு காட்சி சன், கலைஞர் தொலைக்காட்சிகளில் திரும்பத் திரும்ப ஒளிபரப்பப்பட்டது. மற்றொரு கூட்டத்தில் திகார் சிறையில் இருக்கும் ஆ. ராசாவை அதிமுகவின் கொள்கைப் பரப்புச் செயலாளர் எனச் சொன்னார் விஜயகாந்த். அவர் குடித்து விட்டு உளறுவதாகக் குற்றம் சுமத்திய திமுகவினர் வடிவேலுவை விட்டு அவர்மீது வசைமாரி பொழிய வைத்தார்கள். வடிவேலுக்

குக் கூடிய கூட்டத்தைப் பார்த்து மலைத்துப்போன சன் தொலைக்காட்சி பிரச்சாரக் கூட்டங்களில் அவர் உளறியவற்றை யெல்லாம் தொகுத்துச் சிறப்பு நிகழ்ச்சியாக ஒளிபரப்பியது. விஜயகாந்தின் செயல்பாடுகளால் அதிமுக கூட்டணியின் செல்வாக்குச் சரிந்துவிட்டதான தோற்றம் உருவாக்கப்பட்டது. அதன் மூலம் மக்கள் திமுகவை ஏற்றுக்கொண்டு விடுவார்கள் என நம்பியது திமுக. ஆனால் கடைசி மூன்று தினங்களில் பணப்பட்டுவாடா தீவிரமாக நடைபெற்றதாகத் தகவல்கள் வந்தன. எதிர்க்கட்சிகளின் குற்றச்சாட்டுகளால் திமுகவின் வெற்றி பாதிக்கப்படாது என அவர்கள் நம்பியதற்குக் காரணம் திருமங்கல அனுபவம்தான். வாக்குப் பதிவு நடைபெற்ற ஏப்ரல் 13ஆம் தேதி என்டிடிவியின் செய்தியாளருடன் காலை உணவு உண்டபடி பேசிக்கொண்டிருந்தார் தனயன் அழகிரி. வெள்ளை உடையில் மிகச் சாதுவான ஒரு குடும்பத் தலைவரைப் போலத் தோற்றமளித்த அழகிரியிடம் 2ஜி ஊழலின் தாக்கம் குறித்துச் செய்தியாளர் கேட்டபோது, '2ஜியாவது ஒண்ணு ஜியாவது' என வெடித்ததைப் பார்க்கப் பயங்கரமாகத்தான் இருந்தது.

பொங்கி வழியும் ஆத்திரத்தைத் தேர்தல் ஆணையத்தின் மீது பிரயோகித்த கருணாநிதிக்கு வரலாறு தன்னை வஞ்சித்து விடுமோ என்னும் அச்சம் ஏற்பட்டுவிட்டதுபோல் தோன்று கிறது. மக்கள் இலவசங்களுக்கு மயங்கிவிடுவார்கள் என்பதைத் திடமாக அவர் நம்பினாலும் அதே ஆயுதத்தைக் கையிலெடுத் திருக்கும் ஜெயலலிதாவிடம் தோற்றுப்போய்விட நேருமோ எனக் கவலைப்படுகிறார். அவரும் அவரது குடும்பமும் முன்னெப்போதும் சந்தித்திராத நெருக்கடிகளால் சூழப்பட் டிருக்கும் நிலையில் ஆட்சியை இழப்பது உண்மையிலேயே பயங்கரமானது.

எதிர்க்கட்சிகளால் கூறப்படும் குற்றச்சாட்டுகளைப் பொருட்படுத்தாமல் மக்கள் மறுபடியும் தன்னிடம் அதிகாரத் தைத் தந்துவிடுவார்கள் என நினைக்கிறார். ஆனால் இந்தக் கணக்குகள் பொய்த்துப்போய்விடுவதற்கான வாய்ப்புகளைக் கணக்கிலெடுத்துக்கொள்ளாமலிருப்பதற்கும் அவர் விரும்ப வில்லை. 1977இல் எம்.ஜி.ஆரிடம் ஆட்சியைப் பறிகொடுத்ததை அவர் கொஞ்சம்கூட எதிர்பார்த்திருக்கவில்லை. சிறந்த நிர்வாகி எனப் பெயரெடுத்திருந்த, அண்ணாவுக்குப் பிறகு திமுகவின் தலைமைப் பொறுப்பை ஏற்று அதை வழிநடத்திச் செல்கின்ற தன்னை ஒரு நடிகரால் வீழ்த்திவிட முடியும் என்பதை அவர் நம்ப விரும்பாதவராகவே இருந்தார்.

1975இல் இந்திரா காந்தி நெருக்கடி நிலையைப் பிரகடனம் செய்தபோது அரசியல்ரீதியிலும் தனிப்பட்ட முறையிலும் நேரடியாகப் பாதிக்கப்பட்டவர் கருணாநிதி. பதவிக்காலம் முடிவடையும் முன்னரே அவரது அரசு கலைக்கப்பட்டது. அவரது கட்சியின் முன்னணித் தலைவர்களில் பலர் தேசியப் பாதுகாப்புச் சட்டத்தின்கீழ் கைதுசெய்யப்பட்டு விசாரணை யின்றிச் சிறையிலடைக்கப்பட்டனர். அவரது கட்சியின் நாடாளுமன்ற உறுப்பினர்களான சிட்டிபாபு, பாலகிருட்டிணன் ஆகியோர் சிறைக் கொடுமைகளுக்கு இரையாகி உயிரிழந்தனர். அவருடைய புதல்வர் ஸ்டாலின், மருமகன் முரசொலி மாறன் ஆகியோர் கடுமையாகப் பாதிக்கப்பட்டனர். அவசரநிலை விலக்கிக்கொள்ளப்பட்டு, தேர்தல்கள் அறிவிக்கப்பட்டபோது 'இரண்டாவது சுதந்திரப் போரின்' தமிழகத் தலைவராக அவர் கருதப்பட்டார். ஜனநாயகத்தை மீட்பதற்காக உருவெடுத்த ஜனதாக் கட்சியோடு சேர்ந்து 1977 நாடாளுமன்றத் தேர்தலை எதிர்கொண்ட திமுக தேர்தல் பிரச்சாரத்தின்போது அவசர நிலைக்கெதிராக முன்வைத்த தீவிரமான முழக்கங்களில் சில இன்றளவும் நினைவுகூரப்படுபவை. உதாரணத்துக்கு ஒன்று: இம்மென்றால் சிறைவாசம், ஏனென்றால் வனவாசம். ஆனால் அந்தத் தேர்தலில் அவர் நான்காண்டுகளுக்கு முன் திமுகவிலிருந்து பிரிந்து சென்று அதிமுகவை உருவாக்கிய திரைப்பட நடிகரான எம்.ஜி.ஆரிடம் தோற்றுப்போனார். அந்தத் தேர்தலில் திமுகவால் இரண்டே இரண்டு நாடாளு மன்றத் தொகுதிகளில்தான் வெற்றிபெற முடிந்தது. முழு இந்தியாவும் நெருக்கடி நிலைக்கெதிராகத் தீர்ப்பளித்தபோது தமிழகம் கருணாநிதிக்கு எதிராகத் தீர்ப்பளித்தது.

வரலாறு கருணாநிதியை முதன்முதலாக வஞ்சித்தது அநேகமாக அப்போதுதான். பிறகு அவர் பதிலடி கொடுத்தார். தன்னை வஞ்சித்த வரலாற்றை அவர் பழி தீர்க்க விரும்பினார். எம்.ஜி.ஆரிடம் பறிகொடுத்திருந்த ஆட்சியை மீட்பதற்காக 1980 நாடாளுமன்றத் தேர்தலில் அவர் மறுபடியும் காங்கிரஸோடு கூட்டணி அமைத்தார். இந்திரா காந்தியோடு 'கை'கோத்து நின்று 'நேருவின் மகளே வருக, நிலையான ஆட்சி தருக' என அவர் அழைத்தபோது நெருக்கடி நிலையின்போது அவர் கட்சிக்காரர்கள் பட்ட காயங்களின் தழும்புகளிலிருந்து குருதி கசிந்ததை அவர் பார்க்க விரும்பவில்லை. அந்தத் தேர்தலில் காங்கிரசுக்கு வெற்றிக்கனியைப் பறித்துக் கொடுத்த தற்குப் பரிசாக இந்திரா எம்.ஜி.ஆரின் முதல்வர் பதவியைக் கொய்து அவருக்குச் சமர்ப்பித்தார். மாயை அகன்றுவிட்டதாக வும் கவர்ச்சித் திரை விலகிவிட்டதாகவும் நம்பி அதிகாரத்துக்

கான கனவுகளுடன் அதே ஆண்டில் இடைத்தேர்தலைச் சந்தித்த அவரை ஏமாற்றிவிட்டு இரண்டாவது முறையாக அதிகாரத்தைக் கைப்பற்றியது அதிமுக. வரலாறு இப்போது இரண்டாம் முறையாகக் கருணாநிதியை வஞ்சித்தது.

அடுத்த நான்காண்டுகளுக்குப் பிறகு 1984இல் இந்திரா காந்தி படுகொலையை அடுத்து நாடாளுமன்றத்துக்கும் தமிழக சட்டமன்றத்துக்கும் ஒரே நேரத்தில் நடைபெற்ற தேர்தலிலிருந்து கருணாநிதி கற்றுக்கொள்வதற்கு எதுவுமே இல்லாமல்போனது தான் துரதிருஷ்டம். அந்தத் தேர்தலின்போதுதான் அவர் அதிகப் பதற்றமடைந்தார். அது முற்றாக அரசியல் நீக்கம் செய்யப்பட்ட ஒரு தேர்தல். ஒருபுறம் பிரதமர் இந்திரா காந்தி தன் பாதுகாவலர்களால் சுட்டுக்கொல்லப்பட்டிருந்ததால் உருவான அனுதாப அலை மூண்டெழுந்திருந்தது. மற்றொரு புறத்தில் முதல்வர் எம்.ஜி. ராமச்சந்திரன் நோய்வாய்ப்பட்ட நிலையில் அமெரிக்காவின் புரூக்ளின் மருத்துவமனையில் அனுமதிக்கப்பட்டிருந்ததால் உருவான பேரலை. எம்.ஜி.ஆர் உடல்நலம் பெற்று நாடு திரும்ப வேண்டுமென்றால் மக்கள் அதிமுக – காங்கிரஸ் அணிக்கு வாக்களிக்க வேண்டும் என்பது மட்டுமே அந்த அணி முன்வைத்த ஒரே கோரிக்கை. பெரிய அளவிலான தேர்தல் பிரச்சாரக் கூட்டங்களுக்கு ஏற்பாடு செய்யாமல் தெருவுக்குத் தெரு ஒரு பந்தல் அமைத்து அதற்குக் கீழே மறைந்த இந்திரா காந்திக்கு அஞ்சலி செலுத்துவதும் மற்றொரு பக்கம் எம்.ஜி.ஆர். நலம் பெறப் பிரார்த்திப்பதும் தான் அந்த அணி மேற்கொண்ட பிரச்சாரச் செயல்பாடு. அதற்கான தேவையே இல்லை என்றுங்கூடச் சொல்லலாம். மக்கள் ஏற்கனவே தீர்மானித்திருந்தார்கள். எந்த அரசியல் சாணக்கியராலும் அவர்களது முடிவை மாற்ற முடியாதபடி உறுதியாக இருந்தார்கள் வாக்காளர்கள்.

உண்மையில் அப்போதைய அதிமுக ஆட்சியின் மீது பல்வேறு விமர்சனங்கள் எழுந்திருந்தன. எம்.ஜி.ஆர். தொலை நோக்கற்றவராக அரசியல் பார்வையாளர்களால் விமர்சிக்கப் பட்டார். வேலையில்லாத் திண்டாட்டம் தீர்க்கப்பட முடியாத ஒன்றாக இருந்தது. முறையான வளர்ச்சித் திட்டங்களுக்கு முன்னுரிமை கொடுக்கப்படாததால் விவசாயிகளும் நெசவாளர் களும் கடும் நெருக்கடிக்குள்ளாகியிருந்தனர். கல்வி, மருத்துவம் முதலான துறைகள் சார்ந்து புதிய திட்டங்கள் எவையும் முன்னெடுக்கப்படவில்லை. நிர்வாகச் சீர்கேடுகள் மலிந்து கிடந்த உள்ளாட்சி அமைப்புகள் சாலை, குடிநீர், சுகாதாரம் முதலான அடிப்படைக் கட்டமைப்பு வசதிகளைக்கூட நிறை

வேற்ற முடியாதவாறு பலவீனமாக இருந்தன. தெரு விளக்குகள் கூடப் போதிய அளவுக்கு அமைக்கப்படாத நிலையில் பின் தங்கிய நிலையில் இருந்த ஒரு சமூகத்துக்குத் தேவைப்பட்ட அரசியல் முழக்கங்களை முன்வைப்பதற்கான அத்தனை வாய்ப்புகளும் கருணாநிதிக்கு இருந்தன. ஆனால் நண்பர் எம்.ஜி.ஆர். நலம்பெறப் பிரார்த்திப்பதைத் தவிர அவராலும் வேறு ஒன்றும் செய்ய முடியவில்லை.

'நண்பர் நலம்பெறப் பிரார்த்திப்போம், நாடு நலம்பெற உதயசூரியனுக்கு வாக்களிப்போம்' என்பன போன்ற அவரது கவித்துவமான முழக்கங்களுக்கு எந்தப் பலனும் கிட்டவில்லை. சில தருணங்களில் அதிகார ஆசை தந்த போதையில் விஜய காந்த்தைவிட மோசமாக உளறினார். வெற்றிபெற்று ஆட்சி யமைத்தாலுங்கூட அமெரிக்காவிலிருந்து எம்.ஜி.ஆர். உடல் நலம் பெற்று நாடு திரும்பினால் ஆட்சிப் பொறுப்பை அவரிடமே ஒப்படைத்துவிடுவதாக வாக்களித்தார். அந்தளவுக்கு இறங்கி வந்துங்கூட வெற்றிபெற முடியாததை அவர் வரலாற்றின் மன்னிக்கப்பட முடியாத துரோகமாகவே கருதியிருக்கக்கூடும்.

மிகக் குறைந்த இடங்களில் வெற்றிபெற்ற திமுக ஒரு எதிர்க்கட்சியாகத் தன் பணியைச் சரியாகவே செய்தது. அதன் விளைவாக 1989இல் எம்.ஜி.ஆர். மறைவுக்குப் பிறகு திமுகவால் ஆட்சியைப் பிடிக்க முடிந்தது. காங்கிரஸ் – அதிமுகவின் கூட்டுச் சதி காரணமாக இரண்டே ஆண்டுகளில் சட்டம் ஒழுங்குப் பிரச்சினையைக் காரணம் காட்டி திமுக அரசு கலைக்கப்பட்டதைத் தொடர்ந்து நடைபெற்ற 1991 தேர்தலில் திமுக வெற்றி பெறுவதற்கான வாய்ப்புகள் மிக அதிகமாக இருந்தன. அப்போது காங்கேயம் சட்டமன்றத் தொகுதியில் அதிமுக வேட்பாளராகப் போட்டியிட்ட அதிமுக பொதுச்செயலாளர் ஜெயலலிதாகூடத் தோற்றுப் போய்விடுவார் எனக் கருத்துக் கணிப்புகள் வெளி வந்துகொண்டிருந்த நிலையில் 1991 மே 21ஆம் தேதி ராஜீவ் காந்தி படுகொலை செய்யப்பட்ட நிகழ்வு திமுகவுக்கு அரசியல் ரீதியில் பேரிழப்பாக அமைந்ததை யாராலுமே நம்ப முடிய வில்லை.

படுகொலை பற்றிய தகவல்கள் கிடைக்கப்பெற்றவுடனே காங்கிரஸ் – அதிமுகத் தொண்டர்களால் திமுகவின் தேர்தல் அலுவலகங்கள் சூறையாடப்பட்டன. திமுகவைச் சேர்ந்தவர்கள் நடத்திவந்த கடைகளும் வர்த்தக நிறுவனங்களும் அடித்து நொறுக்கப்பட்டன. திமுக தொண்டர்களால் வெளியே தலை காட்டவே முடியாத சூழலில் நடைபெற்ற தேர்தலில் திமுகவுக்குக்

கிடைத்தது ஒரேயொரு சட்டப் பேரவைத் தொகுதி. வெற்றி பெற்றவர் கருணாநிதி மட்டும்தான் என்ற நிலையில் அவர் ராஜினாமா செய்ய நேர்ந்தது.

ஆனால் 1996இல் அவருக்கு வரலாறு நியாயம் செய்தது. ஜெயலலிதா அரசின் அத்துமீறல்கள், அவருடைய உயிர்த்தோழி சசிகலா குடும்பத்தின் ஆதிக்கம், வளர்ப்பு மகன் சுதாகரனின் ஆடம்பரத் திருமணம், மகாமகக் குளத்தில் ஜெயலலிதா தன் தோழியுடன் நடத்திய புனிதக் குளியலுக்கு நூற்றுக்கணக் கானோர் பலியானது முதலான காரணங்களால் மக்கள் அதிமுகவைப் படுதோல்வி அடையச் செய்தபோது அவர் ஜனநாயகத்தின் வலிமையை மெச்சத் தவறவில்லை. 1996 – 2001ஆம் ஆண்டுகளின் ஐந்தாண்டு காலத் திமுக ஆட்சியின் மீது பெரிய விமர்சனங்கள் இல்லாத நிலையில் 2001 தேர்தலில் அவர் ஜெயலலிதாவிடம் தோற்க நேர்ந்ததன் காரணத்தை யாராலும் புரிந்துகொள்ள முடியவில்லை. வரலாறு கருணா நிதிக்கு இழைத்த துரோகங்களில் இதுவே முக்கியமானது.

ஆனால் கருணாநிதியை அரசியல்ரீதியில் உயிர்ப்பிக்கும் மந்திரம் ஜெயலலிதாவிடம் இருந்ததால் அவர் தப்பினார். தமிழகம் சந்தித்த மிக மோசமான ஆடசிகளில் ஒன்றாக அமைந்த 2001 – 2006 அதிமுக ஆட்சிக்கு எதிராக வாக்களிக்க மக்களுக்குக் கருணாநிதியைத் தவிர வேறு கதி இருந்திருக்க வில்லை. 2006 தேர்தலில் கருணாநிதி பல அனுபவங்களைக் கடந்துவந்திருந்த அரசியல் வித்தகராகப் பரிணமித்திருந்தார். 1980களில் அப்போதைய முதலமைச்சர் எம்.ஜி.ஆரால் கொண்டு வரப்பட்ட சத்துணவுத் திட்டத்தை விமர்சித்தவர், இலவசங்கள் மூலமாக அல்லாமல் பொருளாதார வளர்ச்சியின் மூலமே ஏழ்மையை ஒழிக்க முடியும் எனப் பிரச்சாரம் செய்ததன் மூலம் அறிவுத் துறையினரின் நன்மதிப்பைப் பெற்றவர், 2006 தேர்தல் அறிக்கையில் இலவசங்களை அறிவித்ததன் மூலம் தன் அரசியல் எதிரியான எம்.ஜி.ஆரின் வழிமுறையைப் பின்பற்றி வெற்றிபெற்றார்.

ஜெயலலிதா ஆட்சிக்கெதிரான வாக்காளர்களின் மன நிலையும் கூட்டணி அரசியலும் தன் வெற்றிக்கு ஆற்றிய பங்களிப்புகளை அவர் கணக்கிலெடுத்துக்கொள்ளாதது துரதிருஷ்டம். கடந்த ஐந்தாண்டுகளில் அவரது கட்சி முன்னெப் போதுமில்லாத அளவுக்கு அடையாள மாற்றங்களை அடைந் திருப்பதை அவர் உணரவே இல்லை. தன் குடும்ப உறுப்பினர்கள் கட்சியிலும் அரசிலும் ஆதிக்கம் பெற்றதால் ஏற்பட்டிருக்கிற

விளைவுகளை அவர் பார்க்க விரும்பவில்லை. எல்லாவற்றையும் விட முக்கியமாகத் தான் என்றாவது மக்களுக்குப் பதிலளிக்க வேண்டிவரும் என்பதை அவர் எதிர்பார்க்கவே இல்லை.

அதிகாரத்தைத் தக்கவைத்துக்கொள்வதற்கு அவருடைய புதல்வர் அழகிரி காட்டிய வழியை அவர் மிதமிஞ்சி நம்பத் தொடங்கியிருக்கிறார். தனது அரசின் மீதான விமர்சனங்களைக் கருணாநிதி வெறுப்புடன் அணுகியதற்குப் பின்னால் ஒரு எதேச்சாதிகாரியின் நிழல் அசைந்துகொண்டிருந்ததை ஜனநாயக வாதிகள் பலர் சுட்டிக்காட்டியபோது அவரது குடும்பத்தினர் அதற்கு மிகக் குரூரமான பதில்களை அளித்தனர். அவர் வெறுமனே பார்த்துக்கொண்டிருந்தார். அல்லது எல்லாத் தவறுகளையும் தன் நாவன்மையின் மூலம் நியாயப்படுத்திக் கொண்டிருந்தார். திருதராட்டிரனைப்போல் துதிபாடிகள், சுயநல சக்திகளின் கண்களால் உலகைப் பார்த்துக்கொண் டிருப்பதையே அவர் விரும்புகிறாரோ எனத் தோன்றுகிறது.

இந்தத் தேர்தல் முடிவுகள் அவரது ஆதரவாளர்கள் விரும்புவதைப்போல் அவருக்குச் சாதகமாக இருக்கலாம். அவரது திருமங்கலம் பாணி மற்றொருமுறையும் வெற்றிகர மானதாக நிறுவப்படலாம். அதன் மூலம் அவரையும் அவரு டைய குடும்பத்தினரையும் சூழ்ந்திருக்கிற விசாரணைகளின் பிடி தளர்த்தப்படுவதற்கும் இறுதியாக அனைத்து வழக்குகளி லிருந்தும் தப்பித்துவிடுவதற்குங்கூட வாய்ப்புகள் இருக்கின்றன. சொன்னதை மட்டுமல்ல சொல்லாததையும் செய்யும் தலைவர் ஆறாம் முறையாக முதல்வர் பொறுப்பை ஏற்றுக்கொண்ட வுடன் வாக்காளர்களுக்கு மிக்சியோ கிரைண்டரோ அல்லது இரண்டுமோ கிடைக்கலாம். ஆனால் அது அரைநூற்றாண்டுக் காலமாகத் தமிழ் மக்களால் மாபெரும் தலைவராகக் கொண் டாடப்பட்ட ஒருவருக்குக் கிடைத்த தாளமுடியாத தோல்வி யாகவே கருதப்படும். எட்டுக்கோடிப் பேர் கொண்ட ஓர் இனத்தின் வரலாற்றில் தான் பெற்றிருந்த மகத்தான இடத்தைத் தன் சொந்தக் கைகளாலேயே அழித்துக்கொண்டவர் என அவரது பெயர் நினைவுகூரப்படலாம்.

முடிவுகள் அதிமுக அணிக்குச் சாதகமாக இருக்குமானால் அது திமுகவுக்கும் அதன் தலைவருக்கும் கடும் நெருக்கடியை உருவாக்கும் என்பதில் சந்தேகமில்லை. தற்போதைய நிர்ப்பந்தங் களிலிருந்து முற்றாக விடுபட்டு சி.பி.ஐ தன் நடவடிக்கைகளைத் தீவிரப்படுத்தும்போது வெளிவரும் உண்மைகள் பயங்கரமான வையாக இருக்கலாம். அவற்றின் மூலம் திமுகவின் அடையாளம்

முற்றாகச் சிதைந்துபோவதற்கும் கட்சி சிதறுண்டுபோவதற்கும் வாய்ப்பிருக்கிறது. பணத்தையும் அதிகாரத்தையும் குறியாகக் கொண்டு தற்போது அவருடன் இருந்துவருபவர்களில் பலர் ஜெயலலிதாவிடம் சரணடையலாம். மருத்துவர் ராமதாஸ், சிறுத்தை தொல். திருமாவளவன் முதலான அவருடைய உற்ற தோழர்கள் கருணாநிதியை உடனடியாகக் கைவிடுவதற்கும் போயஸ் தோட்டத்தின் கதவுகளைத் தட்டுவதற்கும் கொஞ்சம் கூடக் கூச்சப்படப் போவதில்லை என்பது வெளிப்படை. காங்கிரஸ் கட்சிக்கும் அதிமுகவுக்கும் 'இயற்கை'யான கூட்டணி மலர்வதைப் பார்த்துக் கம்யூனிஸ்ட்கள் மனம் வெதும்பி அவரது அணிக்குத் திரும்ப வாய்ப்பிருக்கிறது என்பது ஒன்றுதான் திமுக தலைவருக்கு ஆறுதல் தரும் ஒரே செய்தியாக இருக்கும். அதேசமயம் லட்சக்கணக்கான தொண்டர்களின் உழைப்பால் பெரும் சக்தியாக வளர்ந்திருக்கிற அந்த இயக்கம் அதிகாரத்தின் சுமைகளிலிருந்து விடுபட்டுத் தன்னை மறுவிசாரணை செய்து கொள்வதற்கும் புனரமைத்துக்கொள்வதற்கும் கிடைத்திருக்கும் வாய்ப்பைச் சரியான முறையில் பயன்படுத்திக்கொள்வதற்கு அக்கட்சியில் தார்மீகப் பண்புகளைக் காப்பாற்றிக்கொண்டு எஞ்சியிருக்கும் யாராவது முன்வரக்கூடுமானால் அந்தத் தோல்வியை ஒரு முடிவாகக் கருத வேண்டியதுமில்லை.

மே, 2011

அற்ற குளத்து அற்புத மீன்கள்

மே 16 அன்று சென்னைப் பல்கலைக்கழக நூற்றாண்டு விழா அரங்கில் ஜெயலலிதா தலைமையிலான அதிமுக அரசு பதவியேற்றுக்கொண்ட ஓரிரு மணிநேரத்துக்குப் பின்னர் என் இலக்கிய நண்பரொருவருடன் புதிதாகக் கட்டப்பட்ட பழைய தலைமைச் செயலகக் கட்டடத்துக்குச் சென்றேன். கடந்த ஒரு வருடத்திய எனது பயணங்களில் கால்நடையாகவும் இருசக்கர வாகனங்களிலும் ஆட்டோ, பேருந்துகளிலும் அந்தக் கட்டடத்தைப் பலமுறைக் கடந்து சென்றிருக்கிறேன். கருணாநிதியின் கனவு மாளிகையாக வர்ணிக்கப்படும் மிகப் பிரும்மாண்டமான அக்கட்டடத்தைக் கடந்து செல்வது என்பது எப்போதுமே ஒரு அசௌகரியமான அனுபவமாகவே இருந்து வந்திருந்தது எனக்கு. அரசு உயர் அதிகாரிகள் கொலுகொண்டிருக்கும் பகட்டான அலுவலகங்கள் ஏற்படுத்தும் பதற்றம் தவிர தற்போது பழைய என்னும் அடைமொழியைப் பெற்றுவிட்ட புதிய தலைமைச் செயலகக் கட்டடம் குறித்துப் பரப்பப் பட்டு வந்திருக்கும் எண்ணற்ற கதைகள்தாம் அதற்குக் காரணம் என நினைக்கிறேன். கட்டடத்தின் நுழைவாயில் களில் விறைப்பாக நின்றுகொண்டிருக்கும் காவலர்களின் இமைக்காத விழிகள் அதைக் கடந்துசெல்வோரைச் சந்தேகத்துடன் கண்காணிப்பதாகக் கற்பனை செய்து கொள்வதை என்னால் ஒருபோதும் தவிர்க்க முடிந்த தில்லை. வெளியாள்களின் பார்வை ஊடுருவ முடியாத வகையில் வடிவமைக்கப்பட்டிருக்கும் அதன் கனத்தச் சுவர்களுக்குப் பின்னால் நடமாடிக்கொண்டிருந்த தமிழகத் தின் சக்தி மிகுந்த மனிதர்களின் காலடிச் சத்தங்கள் என்னைப் பீதியுறச் செய்யும்.

அந்தக் கட்டடத்திற்குள் ஒரு மீன்தொட்டி இருப்பதாகவும் நாள்தோறும் அங்கு வருகை புரியும் முதல்வர் கருணாநிதி அதில் விடப்பட்டுள்ள மிக அபூர்வமான மீன்களுக்கு உணவளிப் பதைத் தன் தலையாயக் கடமைகளில் ஒன்றாகக் கொண்டிருந்த தாகவும் ஊடகங்களில் இடம்பெற்ற சில செய்தித் துணுக்கு களைப் படித்திருந்த எனக்கு அந்த மீன்தொட்டி பற்றியும் அதிலுள்ள மீன்கள் பற்றியும் மிகப் பரிவோடு அவற்றுக்கு உணவளிக்கும் முதல்வரைக் குறித்தும் உருவாகியிருந்த சித்திரங் கள் கவித்துவமானவை. அந்த மீன்களின் மீது கருணாநிதி அளவற்ற அன்பு கொண்டவர் எனவும் அவற்றை அவர் தன் சொந்தக் குழந்தைகளைப்போல் பராமரித்து வருகிறார் எனவும் கேள்விப்பட்டிருந்தேன். நாள் தவறாமல் அங்கு வரும் கருணாநிதி அவற்றுக்குத் தன் கையாலேயே உணவளிப்பாராம். மீன்களுக்கும் அவர்மீது அளவற்ற பிரியமாம். தொட்டியினருகே அவரது நிழல் தென்பட்டதும் அவை துள்ளிக் குதிக்குமாம். மீன்களுக்கு ஒழுங்காக உணவளிக்கப்பட வேண்டுமென்பதிலும் தொட்டியில் நிரப்பப்பட்டிருக்கும் தண்ணீர் தூய்மை கெடாமல் பாதுகாக்கப்பட வேண்டுமென்பதிலும் அவர் அவ்வளவு கறாராக இருப்பாராம். அந்த மீன்கள் முதல்வரின் பிரியத்துக் குரியவை என்பதால் அமைச்சர் பெருமக்களும் சட்டமன்ற உறுப்பினர்களும் தலைமைச் செயலக அதிகாரிகளும் காவல் துறை உயரதிகாரிகளும் அவற்றின்மீது பேரன்பு கொண்டவர் களாகவே இருந்திருப்பார்கள் அல்லவா? என்றாவது ஒரு நாள் இவ்வளவு முக்கியஸ்தர்களின் பேரன்பைப் பெற்ற அதிமுக்கியமான அந்த மீன்களையும் மீன் தொட்டியையும் மீன்தொட்டி உள்ள தலைமைச் செயலகக் கட்டடத்தையும் எனக்குத் தெரிந்த அரசியல்வாதி அல்லது அரசு உயரதிகாரியின் உதவியுடன் நேரடியாகப் பார்த்துவிட வேண்டுமென்ற ஆசை யுமிருந்தது. குறிப்பாக முதல்வர் அவற்றுக்கு உணவளித்துக் கொண்டிருக்கும் அந்தக் காட்சியைப் பார்த்துவிட வேண்டு மென்பது ஒரு ஏக்கமாக வளர்ந்திருந்தது.

ஆனால் கடந்த மே 13ஆம் தேதி தமிழக சட்டப்பேரவைத் தேர்தல் முடிவுகள் வெளிவருவதற்கு முன்புவரை புதிதாகக் கட்டப்பட்ட தற்போதைய தலைமைச் செயலகக் கட்டட வளாகத்துக்குள் நுழைவது என்பது ஒரு சாதாரண மனிதனுக்கு அவ்வளவு கவித்துவமான அனுபவமாக இருந்திருக்க வாய்ப்பே இல்லை என்பதால் நான் அதற்கு முயலவே இல்லை. என் ஆசை நிராசையாகிவிடக் கூடுமோ எனக் கலங்கிக்கொண்டிருந்த தருணத்தில் நம்பவே முடியாத வகையில் கடந்த மே 16ஆம்

தேதி அதற்கான வாய்ப்புக் கிடைத்தது. தான் வெற்றிபெற்றால் பழைய தலைமைச் செயலகக் கட்டடமான புனித ஜார்ஜ் கோட்டையிலிருந்தே ராஜ்ய பரிபாலனம் செய்யப்போவதாக அறிவித்திருந்த ஜெயலலிதா தலைமையிலான கூட்டணி முன்னணி பெற்றுவருவதாகச் செய்திகள் வரத் தொடங்கிய அன்றே தலைமைச் செயலகம் புனித ஜார்ஜ் கோட்டைக்கு மாற்றப்பட்டுவிட்டதாகவும் இப்போது யார் வேண்டுமானாலும் புதிய தலைமைச் செயலகக் கட்டட வளாகத்தைப் பார்வை யிடலாம் எனவும் வெளிவந்த தகவல்களையடுத்து 16ஆம் தேதி பிற்பகல் 3:00 மணிக்கு நண்பருடன் புறப்பட்டுச் சென்றேன். கிடைத்த தகவல் நம்ப முடியாததாகவும் இருந்தது. அப்போது தான் ஜெயலலிதா தலைமையிலான அதிமுக அமைச்சரவை யின் பதவியேற்பு விழா முடிந்திருந்தது. முதல்வரும் அமைச்சர் பெரு மக்களும் கோட்டைக்குப் புறப்பட்டுப் போயிருந்தார்கள். வாலாஜா சாலையில் இருக்கும் இன்னும்கூடக் கட்டி முடிக்கப் படாத அந்தக் கட்டடத்தின் பொதுமக்கள் நுழைவாயிலை அடைந்தபோது அங்குள்ள காவல் கூண்டில் காவலர்கள் ஓரிருவர் நின்றுகொண்டிருந்தனர். அநேகமாக இருவருமே பெண் காவலர்களாக இருக்க வேண்டும். கெடுபிடிகளுக்கான அறிகுறிகள் எவையும் தென்படவில்லை. ஆள்கள் மிகச் சுதந்திர மாக உள்ளே நுழைந்துகொண்டிருந்தனர். வளாகத்தினுள் இருபது முப்பது பேர் நடமாடிக்கொண்டிருப்பது தென்பட்டது. கரை வேட்டி, சட்டை உடுத்திய கிராமத்து மனிதர்கள். தம் தலைவியின் பதவியேற்பு விழாவைக் காண்பதற்காகத் தொலை தூரக் கிராமங்களிலிருந்தும் நகரங்களிலிருந்தும் வந்தவர்களா யிருக்க வேண்டும்.

அவர்களைப் பார்த்ததும் நாங்கள் கேள்விப்பட்ட தகவல் உண்மையானதுதான் என்னும் நம்பிக்கை ஏற்பட்டது. ஆனால் கட்சிக்காரர்களைத் தவிர மற்றவர்களால் சுதந்திரமாக உள்ளே நுழைய முடியுமா என்னும் சந்தேகமும் எழத்தான் செய்தது. அவர்கள் யாரிடமிருந்தாவது சிறப்பு அனுமதி பெற்றுக்கொண்டு உள்ளே நுழைந்திருக்கலாம். வாலாஜா சாலையிலுள்ள பொது மக்கள் நுழைவாயிலைவிட அண்ணா சாலையில் இருக்கும் பிரதான நுழைவாயில் வழியாகப் போவது எளிதாக இருக்கும் எனக் கற்பனை செய்துகொண்டு அங்கு சென்றோம். அந்த நுழைவாயிலின் முன்பகுதியில் இருந்த காவல் கூண்டிலுங்கூடக் காவலர்கள் சிலர் தென்பட்டனர். அவர்களைப் பார்த்ததும் கொஞ்சம் தயங்கினோம். எங்களிடமிருந்த பத்திரிகையாளர் அடையாள அட்டையைக் காட்டி உள்ளே நுழைய அனுமதி கேட்கலாமா என யோசித்தவாறே நுழைவாயில் முகப்பை

நெருங்கினோம். கூண்டிலிருந்த காவலர்கள் ஏனோ முகத்தைத் திருப்பிக்கொண்டனர். அவற்றில் தென்பட்டது கூச்சமா வெறுப்பா என்பதைத் தீர்மானிக்க முடியவில்லை. அதற்குள் நண்பர் பெரிய இரும்புக் கேட்டைக் கடந்து வளாகத்துக்குள் நாங்கள் வந்த இரு சக்கர வாகனத்தைச் செலுத்தியிருந்தார். மரத்தடியில் வண்டியை நிறுத்தியபோது எதிரில் காவல் துறை அதிகாரி ஒருவர் தென்பட்டார். அநேகமாக அவர் சப் – இன்ஸ்பெக்டராக இருக்க வேண்டும். அவர் ஏதாவது கேட்பார் என எதிர்பார்த்தோம். ஆனால் அவருங்கூட வெடுக்கென முகத்தைத் திருப்பிக்கொண்டார்.

எங்களுக்கு ஓரளவுக்குத் துணிச்சல் வந்தது. மிக மெதுவாகச் சட்டமன்றக் கட்டடத்தின் வாயிலை அடைந்து உள்ளே எட்டிப் பார்த்தோம். உள்ளே தென்பட்ட ஆள்களின் நடமாட்டத்தைப் பார்த்தபோது எங்களுக்கு அது அண்ணா சமாதிபோல, எம்ஜிஆர். சமாதி போல ஒரு சுற்றுலாத் தலமாகவே தென்பட்டது. ஓரளவு பதற்றம் நீங்கிய மனங்களுடன் உள்ளே நுழைந்தோம். கட்டடம் உண்மையிலேயே பிரும்மாண்டமாக இருந்தது. சட்டமன்றக் கூடத்தையும் அதையடுத்து இருந்த மேலவைக் கூடத்தையும் சுற்றிக்கொண்டு செல்லும் வட்டப்பாதை நுழை வாயிலிருந்து இருகூறுகளாகப் பிரிந்து சென்றது. கட்டடத்தின் ஆகிருதியோடு ஒப்பிட்டால் அது மிகக் குறுகலான பாதை. வழியெங்கும் அலுவலக அறைகள், காத்திருப்போர் கூடங்கள். சுவர்களில் நேர்த்தியான பெயர்ப்பலகைகள் பதிக்கப்பட்டிருந்தன. தீராத ஆச்சரியத்துடன் அவற்றின் வழியே நடந்துகொண்டிருந்த மனிதர்களின் முகங்களில் ரகசியமான பயம் தென்பட்டது. சட்டமன்றக் கூடம் பூட்டப்பட்டிருந்ததை யூகிக்க முடிந்தது. பளிங்குக் கற்கள் பதிக்கப்பட்ட தரையில் ஆங்காங்கே குப்பைகள் தென்பட்டன. எதிரிலும் பக்கவாட்டிலும் எங்களைக் கடந்துசென்றவர்கள் யாராக இருக்கக்கூடும் என யோசித்தவாறே எண்ணற்ற அறைகளையும் கூடங்களையும் கொண்ட அப்பாதையின் வழியே நடந்து முதல் தளத்தை அடைந்தோம். யாருமே வழி நடத்தாதபோதும் அவை எங்களைத் திட்ட வட்டமான ஒரு இடத்தை நோக்கித் தள்ளிச் செல்வதுபோல் பட்டது. தடுத்து நின்ற கண்ணாடிக் கதவுகளை ஒன்றன் பின் ஒன்றாகத் தள்ளிக்கொண்டு நுழைந்தபோது வட்ட வடிவிலான, மிகப் பிரும்மாண்டமான கான்கிரீட் கூரையும் அதன் மையப் பகுதியில் வட்டவடிவிலான மீன்தொட்டியும் தென்பட்டது. மீன்தொட்டி என்பது நெருங்கிச் சென்று பார்த்த போதுதான் தெரிந்தது. மீன்தொட்டியைப் பற்றி நான் உருவாக்கிக்கொண்டிருந்த கற்பனைக்கும் அதற்கும் எந்தத்

தொடர்பும் இல்லை. என் கற்பனை ஒரு பெரிய கண்ணாடித் தொட்டியாயிருந்தது. நான் பார்க்க வாய்த்திருந்தவற்றை விட நான்கைந்து மடங்கு பெரியது. தொட்டியில் மீன்கள் இருக்க வாய்ப்பில்லை என்றார் நண்பர். அவருக்கு ஏன் அப்படித் தோன்றியது என்பதை என்னால் யூகிக்க முடியவில்லை. ஆனால் சற்று நெருங்கியதும் கலங்கலான நீர்ப்பரப்பில் மீன்களின் அலையடிப்புத் தென்பட்டது. ஆரஞ்சு, இளஞ்சிவப்பு, வெள்ளை, கருநீல நிறங்களில் தம் மெல்லிய துடுப்புகளை அசைத்து மிக அற்புதமாக நீந்திக்கொண்டிருந்தன அவை. பல சிறியவை. மீன்களின் எடை பற்றியும் விலை குறித்தும் தன் அனுமானங்களை மற்றவர்களுக்குச் சொல்லிக்கொண்டிருந் தார் எங்களுக்குப் பக்கத்தில் நின்ற ஒரு கட்சிக்காரர். சில மீன்கள் ஒரு கிலோவுக்கும் அதிகமான எடை கொண்டவை யாயிருக்க வேண்டுமெனவும் ஒவ்வொரு மீனும் லட்சக்கணக் கான ரூபாய் பெறும் எனவும் அவர் சொன்ன தகவல்கள் புதியவைபோல்தான் தோன்றின.

அவை அவருக்கு ஒரு ஆச்சரியமான அனுபவமாக இருந்திருக்க வேண்டும். தன் தலைவி முதலமைச்சராகப் பொறுப்பேற்றுக்கொள்வதைப் பார்ப்பதற்காகவே அவர் சென்னைக்கு வந்திருக்க வேண்டும். பல்கலைக்கழக நூற்றாண்டு விழா அரங்கில் நடைபெற்ற பதவியேற்பு விழாவின் நேரடி ஒளிபரப்பை மெரினாவில் நிறுவப்பட்டிருந்த தொலைக்காட்சிப் பெட்டிகளின் பிரும்மாண்டமான எலக்ட்ரானிக் திரைகளில் பார்த்து ரசித்துவிட்டு அப்படியே அண்ணா, எம்.ஜி.ஆர். சமாதிகள், உழைப்பாளர் சிலை ஆகியவற்றைப் பார்த்த களைப்புடன் நேராக இங்கே வந்திருப்பார். இதற்குப் பிறகு சாயந்திரம் கடற்கரைக்குச் செல்லும் திட்டம்கூட இருந்திருக்க வேண்டும். அவருக்கு இந்தக் கட்டடத்தின் பிரும்மாண்டமும் அழகிய வண்ண மீன்களும் பேரதிசயமாகவே தென்பட்டிருக்க வேண்டும். தொண்டர்கள் சிலர் களைப்பு மேலிட்டோராய் இன்னும் பூர்த்திசெய்யப்பட்டிருக்காத சலவைக்கல் படிக்கட்டு களில் சரிந்து உட்கார்ந்திருந்தனர். கரிந்த தீக்குச்சிகளும் சில சிகரெட் துண்டுகளும் அங்கே இறைந்து கிடந்ததைப் பார்த்த எனக்கும் புகைபிடிக்கும் விருப்பம் உண்டாயிற்று. பத்திருபதடி தூரத்தில் பெண் காவலர்கள் இருவர் பிளாஸ்டிக் நாற்காலிகளில் எதிரெதிராக உட்கார்ந்து சிரித்துச் சிரித்துப் பேசிக்கொண்டிருந்தனர். அவர்களைப் பார்த்ததும் தயங்கினேன். “ஒரு பிரச்சினையுமில்ல, நம்ம ஆட்சி தானே?” என ஒரு கரைவேட்டிக்காரர் யாருக்காகவோ சொன்னதை எனக்காகச் சொன்னதாக எடுத்துக்கொண்டு படிக்கட்டில் உட்கார்ந்து

புகைபிடிக்கத் தொடங்கினேன். பிளாஸ்டிக் நாற்காலிகளில் உட்கார்ந்திருந்த பெண் காவலர்கள் முகத்தைத் திருப்பிக் கொண்டு பேச்சையும் சிரிப்பையும் தொடர்ந்தனர்.

நான் இயல்பாக இருக்க முயன்றேன். கட்டுமானப் பணி யாளர்கள் சிலர் சோம்பல் தீராத முகங்களுடன் குனிந்திருந்தனர். பாவப்பட்டிருந்த பளிங்குக் கற்கள் இன்னும் மெருகேற்றப்படாத தால் சொரசொரப்பாக இருந்தது தரை. நுழைவாயில் சுவரில் பதிக்கப்பட்டிருந்த பளிங்குக் கல்வெட்டில் தென்பட்ட கருணா நிதி, மன்மோகன் சிங், சோனியா காந்தியின் பெயர்களைப் பார்த்தபோது இனி அவை ஒருபோதும் மெருகேற்றப்பட வாய்ப்பில்லை எனத் தோன்றியது. தோல்வி அல்லது வெற்றியின் குறியீடாக இந்தக் கட்டடம் உருக்குலைந்து போகும்படி விடப்படலாம். தமிழகத்தின் சுமார் நாற்பதாண்டுக் கால வரலாற்றைக் கூர்ந்து கவனித்து வருபவர்களுக்கு இப்படித்தான் தோன்றும்.

தீராப்பகை கொண்ட இரு கட்சிகள் தாம் ஆட்சியைப் பிடிக்கும் ஒவ்வொரு தருணத்திலும் தோற்கடிக்கப்பட்டவர் களின் ஞாபகங்களை அழிக்க முயல்வது ஏற்றுக்கொள்ளப்பட்ட அரசியல் அறம். ஆட்சி மாற்றம் ஏற்படுவது உறுதியான அந்தக் கணத்தில் அதற்கான பணிகள் தொடங்கப்பட்டுவிடு கின்றன. அரசு அலுவலகங்களிலும் பொது இடங்களிலும் வைக்கப்பட்டிருக்கும் தலைவர்களின் புகைப்படங்கள் மின்னல் வேகத்தில் மாற்றப்படுகின்றன. பேருந்துகளிலும் பாலங்களிலும் கழிப்பிடச் சுவர்களிலும் செதுக்கப்பட்டிருக்கும் பொன்மொழி கள் சுவடின்றி அழிக்கப்படுகின்றன. ஒருவர் முதல்வராக இருக்கும்போது மற்றவர் சட்டமன்றத்தைப் புறக்கணிக்கிறார். சட்டமன்றம் யாராவது ஒரு தரப்பினருக்குப் பாதுகாப்பற்றதாக மாறுகிறது. வரலாற்றுக் காலம் தொட்டு இதுதான் நடந்து வந்திருக்கிறது. பகை முடிக்கும் மன்னன் தோற்கடிக்கப்பட்ட வனின் அடையாளங்களை அழிப்பதற்கு முயல்கிறான். கொடிய ஆயுதங்களுடன் திமுதிமுவென நுழைந்து சூறை யாடும் காலங்கள் முடிந்துவிட்டன. ஜனநாயகச் சமூகத்தில் பழி தீர்க்கும் முறைகள் அரசியல் சாசனத்துக்குட்பட்டவையாக இருக்க வேண்டுமென்பது விதி.

“என்ன செய்யப் போறாங்கன்னு தெரியல” என்றார் களைத்துப்போய்ப் படிக்கட்டில் உட்கார்ந்திருந்த பார்வையாளர் ஒருவர்.

“ஏதாவது கவர்மெண்ட் ஆபீஸ் வரும்”

“சில மாற்றங்கள் பண்ணி ஆஸ்பத்திரியா மாத்தலாம்”

“அம்மா அத விரும்பமாட்டாங்க”

“வள்ளுவர் கோட்டத்தப் போட்டு வெச்ச மாதிரி இதயும் போட்டு வெச்சுருவாங்க”

நண்பர் பெருமூச்செறிந்தார்.

“ஆயிரத்து இருநூறு கோடி செலவுன்னு சொல்றாங்க”

“என்ன பண்ண?”

எழுந்து மறுபடியும் மீன்தொட்டிக்கு வந்தோம். நல்ல வெயில். கடல் காற்றின் குளுமை ஓரளவுக்கு இதந்தந்தது. மீன்கள் பிளந்த வாயுடன் பார்வையாளர்களை நோக்கித் தாவின. கண்களில் பசி தெரிந்தது. வெள்ளைச் சட்டையுடன் வந்து நின்ற மனிதரைக் கருணாநிதி என நினைத்திருக்குமோ? தினமும் அந்த மீன்களுக்குக் கருணாநிதி உணவு கொடுத்து வந்ததாகச் சொல்லப்பட்டது. ஆனால் எல்லா நாள்களிலும் எல்லா வேளைகளிலும் அத்தனை மீன்களுக்கும் அவர் ஒருவராலேயே உணவு கொடுத்து வந்திருக்க முடியுமா என்ன? அதற்குப் பொறுப்பாக யாராவது சிலர் இருந்திருக்கக்கூடுமல்லவா? அவர்கள் எங்கே போனார்கள்? அந்த மீன்களின் மீது அவர்களுக்கும் பரிவு இருந்திருக்கும்.

“பாவம், பசி போல இருக்கு”

“ஆமா, பதிமூணாம் தேதி காலைல பத்து மணிக்கப்புறம் இதுகளுக்கு யாரும் இரை கொடுத்திருக்க மாட்டாங்க”

அது உண்மையென்றுதான் தோன்றியது.

“நாலஞ்சு நாள்ள செத்துரும்”

“யாராவது பிடிச்சுக்கிட்டுப் போயிருவாங்க”

“இதெல்லாம் காஸ்ட்லியான மீனுக. லட்சக் கணக்குல இருக்கும்”

“வாஸ்து மீன்களா இருக்கும்”

“ஆனா இந்த வாஸ்து மீன்களாலகூடக் கலைஞரக் காப்பாத்த முடியாமப் போச்சு பாருங்க”

அருகிலிருந்தவர் உள்ளடங்கிய தொனியில் சிரித்தார். மீன்கள் தண்ணீரில் விழுந்த ஒவ்வொரு நிழலையும் இரைக்காகக் கெஞ்சிக்கொண்டிருந்தன. நாங்கள் அங்கிருந்து நகர்ந்தோம். மாடிப்படிகள் விசாலமாக இருந்தன. ஒவ்வொரு தளத்திலும் எண்ணற்ற அலுவலக அறைகள், கூடங்கள். எல்லாத் தளங்களும் ஒரே தோற்றம் கொண்டவையாகவே இருந்தன. ஒவ்வொரு சதுர அடியும் செல்வத்தால் இழைக்கப்பட்டிருந்தன. காத்திருப் போருக்கான அறைகளில் யாருமே இல்லாதபோதும் குளிர் சாதனக் கருவிகள் இயங்கிக்கொண்டிருந்தன. கீழ்நிலைப் பணியாளர்களைப் போல் தென்பட்ட சிலர் மாடிப் படிகளில் இளைப்பாறும் தோரணையில் உட்கார்ந்திருந்தனர். ஒருவர் வெறுந்தரையில் குப்புறப் படுத்துக்கிடந்தார். எங்களைப் பார்த்து தணிந்த குரலில் ஏதோ சொன்னதாகக் கற்பனை செய்துகொண் டோம். பிறகு ஒவ்வொரு தளமாகப் பார்த்துக்கொண்டே நடந்தோம். ஐந்தாம் தளத்தில் முதலமைச்சரின் செயலகம். சிலர் அதை எட்டிப் பார்த்துக்கொண்டிருந்தனர். பக்கத்தில் 'தொங்கும் தோட்டம்'. பச்சைப் பசேலெனத் தோற்றமளித்த குரோட்டன்களும் புற்களும் பிளாஸ்டிக்காலானவையோ எனச் சந்தேகிக்கத் தோன்றியது. அங்கிருந்து அண்ணா சாலையில் வாகனங்கள் அசுர வேகத்தில் விரைந்துகொண்டிருந்ததைப் பார்க்க முடிந்தது. பேருந்துகளில் தாள முடியாத நெரிசல். ஏனோ அங்கிருக்கப் பிடிக்கவில்லை. நண்பரும் புறப்படத் தயாராக இருந்தார்.

இயங்கும் நிலையிலிருந்த லிப்ட்களைப் பயன்படுத்தப் பார்வையாளர்கள் தயங்கிக்கொண்டிருந்தனர். ஒன்றின் முன் அதிகாரிகள் காத்திருந்தனர். நாங்கள் இருவரும் காலியாக இருந்த மற்றொன்றைத் தேர்வுசெய்தோம். உள்ளே நுழைந்து கதவை மூடிக்கொண்ட பின் எங்கே மின் தடை காரணமாக அந்த லிப்ட் பாதியில் நின்றுவிடுமோ எனப் பயமாக இருந்தது. அந்தக் கட்டடத்துக்கான மின் இணைப்பு எந்த நேரத்திலும் துண்டிக்கப்பட்டுவிடலாம் என நினைப்பது நிச்சயம் கற்பனை யானதாக இருந்துவிட முடியாது அல்லவா? திடீரென அதன் வாயில்கள்கூட இழுத்து மூடப்பட்டுவிடலாம். உள்ளிருக்கும் பார்வையாளர்களை வெளியேறும்படி எச்சரிக்கக்கூட அதிகாரி களுக்கு அவகாசமில்லாமல் போகலாம். இக்கற்பனை தந்த பதற்றத்தால் அவசர அவசரமாக வெளியே வந்தோம். வாசலில் கட்டுக்கட்டாகப் புத்தகங்கள். புனித ஜார்ஜ் கோட்டையில் இயங்கிவந்த செம்மொழி நூலகத்திலிருந்து கொண்டுவரப் பட்டவையாயிருக்கும். பணியாளர்கள் 'பொறுப்பில்லாமல்'

அவற்றை அங்கே போட்டுவிட்டுப் போயிருப்பார்கள். முதல்வர் ஜெயலலிதாவின் கவனத்துக்கு இந்த விஷயத்தை யாராவது கொண்டுசென்றால் 'பரிகாரம்' கிடைப்பது நிச்சயம் எனத் தோன்றியது. ஜெயலலிதாவுக்குப் புத்தகங்களின் மீது ஏதாவது கோபமிருக்குமா என்ன?

வெளியே இன்னும் வெயில் சுட்டெரித்துக்கொண்டிருந்தது. பறக்கும் ரயிலொன்று பெருஞ்சத்த மெழுப்பியபடி கடந்து சென்றது. கூவத்திலிருந்து வந்த காற்றில் குடலைப் பிடுங்கும் துர்நாற்றம். அதன் கரையோரமிருந்தவர்கள்தாம் வெளியேற்றப் பட்டுவிட்டார்களே! துர்நாற்றத்தைக் கண்ணகி நகருக்கும் கன்னடப் பாளையத்துக்கும் செம்மஞ்சேரிக்கும் கொண்டு சென்றுவிட்டார்களே! இன்னும் ஏன் துர்நாற்றம்? கூவத்தைத் தூய்மைப்படுத்துவதற்கும் சிங்காரச் சென்னையைக் கட்டி யெழுப்புவதற்கும் தலா 1200 கோடி ரூபாய் வரை செலவிடப் பட்டிருப்பதாகத் தகவல்கள் வந்தனவே! பாழாய்ப்போன இந்தச் சென்னையைச் சிங்காரிக்க இன்னும் எத்தனை ஆயிரம் கோடிகளைச் செலவிட வேண்டுமோ தெரியவில்லை.

கருணாநிதியின் அடையாளங்களை முற்றாக அழிக்கும் வரை இந்தக் கட்டடம் கைவிடப்படலாம். ஒரு சாம்ராஜ்யத்தின் வீழ்ச்சிக்கான குறியீடாகப் பாழடைந்து நிற்கலாம். பிழைப்புத் தேடி அலைந்து திரிபவர்களுக்குச் சற்று இளைப்பாற இதன் பூர்த்தி செய்யப்படாத பளிங்குத் தரைகள் உதவலாம். வீடற்ற சென்னை நகரின் சாலையோரவாசிகள் இரவுகளில் இங்கே வந்து படுத்துக்கொள்ளலாம். காதலர்களுக்கும் கள்ளக் காதலர் களுக்கும் இக்கட்டடத்தின் உள்ளே செல்லும் குறுகலான பாதைகளில் படர்ந்திருக்கும் இருள் உதவலாம். கூவக்கரை களிலிருந்து புறநகர்களுக்கு விரட்டப்பட்ட சென்னையின் விளிம்புநிலை மக்கள்கூட இங்கே வந்து குடியேறலாம். அப்படி நடந்தால் அது 'கவித்துவ நீதி'க்கான நம் காலத்தின் உதாரணமாக வரலாற்றில் இடம்பெறக்கூடும். ஆனால் கட்டடம் சமூக விரோதிகளின், பயங்கரவாதிகளின் உறைவிடமாகிவிட்டது என யாராவது விமர்சித்தால் சட்டம் ஒழுங்கைப் பாதுகாப்ப தாக உறுதி பூண்டுள்ள நம் முதல்வர் அதைச் சரிசெய்ய முயலலாம். கட்டடத்தைப் பூட்டிச் சீல் வைக்கலாம்.

இந்தத் தருணத்தில் வெகு காலத்துக்கு முன்னால் நான் பார்த்த 'சக்ரா' என்னும் இந்தித் திரைப்படம் நினைவுக்கு வருகிறது. நஸ்ருதீன் ஷா, ஸ்மிதாப் பாட்டீல் நடித்தது. மும்பை யின் சேரிப் பகுதி ஒன்றை மையமாகக்கொண்ட கதை.

நாயகன், நாயகி உள்ளிட்ட எல்லோருமே உதிரிகள். பிக்பாக் கெட் அடிப்பவர்கள், திருட்டுகளில் ஈடுபடுபவர்கள், பாலியல் தொழிலாளர்கள் வாழும் அச்சேரிப் பகுதி குற்றங்களின் ஊற்றுக்கண்ணாக மாறிவிட்டது என அறிவித்து அதை புல்டோசர்கள் மூலம் இடித்துத் தள்ளிவிடுவார்கள். ஆனால் புதிதாகக் கட்டப்பட்ட இந்தப் பழைய தலைமைச் செயலகக் கட்டடத்துக்கு அப்படியொரு நிலை ஏற்பட்டுவிடும் எனக் கற்பனை செய்ய முயல்வது மனப்பிறழ்வின் அறிகுறியாகவே எடுத்துக்கொள்ளப்படும். எனவே எதிர்மறைக் கற்பனைகளைக் கைவிட்டுவிட்டு நம்பிக்கையூட்டும் வேறொரு கற்பனையைப் பற்றி யோசிக்கலாம். மனம் வெதும்பியிருக்கும் முன்னாள் முதல்வர் கருணாநிதி தான் ஆசை ஆசையாய்க் கட்டியெழுப்பிய கனவு மாளிகையை மீட்கச் சபதமெடுக்கலாம். மீண்டும் தமிழக மக்களின் நம்பிக்கையைப் பெற்று ஆறாம் முறையாக முதல்வர் பொறுப்பை ஏற்கும்போது இந்தக் கட்டடத்தைப் புதுப்பித்து அதைத் தமிழக அரசின் புதிய தலைமைச் செயலக மாக அறிவிக்கலாம்.

எவ்வளவுதான் சிதைந்துபோயிருந்தாலும் ஒரே வாரத் துக்குள் அதன் பழைய பொலிவை மீட்டெடுப்பதற்குத் தம்மால் முடியும் என்பதை நம் அதிகாரிகள் இப்போது நம் கண் முன்னால் நிரூபித்துக் காட்டியிருக்கிறார்களே! ஆனால் அதுவரை கருணாநிதியால் தமிழக மக்களைவிடவும், அவரை நம்பி வாக்களித்து ஏமாந்த கோடிக்கணக்கான வறிய வர்களை விடவும் கூடுதலாக நேசிக்கப்பட்ட அந்த மீன்கள் உயிரோடிருக்குமா?

ஜூன், 2011

* 9 7 8 9 3 8 1 9 6 9 2 3 6 *

FCW - #0192 - 061026 - C0 - 216/140/8 - PB - 9789381969236 - Matt Lamination